വിജ്ഞാനവർഷം

പുസ്തകം 118

പ്രകാശരേഖകൾ

prakasharekhakal

•

joji koottummel

•

first edition
april 2015

•

typesetting & published
chintha publishers, thiruvananthapuram

•

cover
ambeesh

•

വിതരണം

ദേശാഭിമാനി ബുക്ക് ഹൗസ്

H O തിരുവനന്തപുരം-695 035
phone: 0471-2303026, 6063026
www.chinthapublishers.com
chinthapublishers@gmail.com

ബ്രാഞ്ചുകൾ

ഹെഡ്ഡാഫീസ് ബ്രാഞ്ച് കുന്നുകുഴി • സ്റ്റാച്യു തിരുവനന്തപുരം • കെ എസ് ആർ ടി സി ബസ് സ്റ്റേഷൻ ആലപ്പുഴ • കെ എസ് ആർ ടി സി ബസ് സ്റ്റേഷൻ എറണാകുളം • ചിറ്റൂർ റോഡ് എറണാകുളം • മച്ചിങ്ങൽ ലെയ്ൻ തൃശൂർ • ഐ ജി റോഡ് കോഴിക്കോട് • മാവൂർ റോഡ് കോഴിക്കോട് • എൻ ജി ഒ യൂണിയൻ ബിൽഡിങ് കണ്ണൂർ • സെൻട്രൽ ബസ് ടെർമിനൽ കോംപ്ലക്സ് താവക്കര കണ്ണൂർ

CO -VV - 118 / 2175 / 3638

പ്രകാശരേഖകൾ

ജോജി കൂട്ടുമ്മേൽ

ചിന്ത പബ്ലിഷേഴ്സ്
തിരുവനന്തപുരം-695 035

ജോജി കൂട്ടുമ്മേൽ

കോട്ടയം ജില്ലയിൽ കുമരകം സ്വദേശി. ആലപ്പുഴ ജില്ലയിൽ എസ് എസ് എ യിൽ പ്രവർത്തിക്കുന്നു. 1987 മുതൽ കേരള ശാസ്ത്രസാഹിത്യ പരിഷത്തിൽ പ്രവർത്തിക്കുന്നു. പരിഷത്തിൽ യൂണിറ്റ് തലം മുതൽ കേന്ദ്ര നിർവ്വാഹക സമിതി തലം വരെ വിവിധ ചുമതലകൾ വഹിച്ചിട്ടുണ്ട്. ഇപ്പോൾ കേന്ദ്രനിർവ്വാഹക സമിതിയംഗവും *ശാസ്ത്രഗതി* പത്രാധിപസമിതിയംഗവും. പുരോഗമന കലാസാഹിത്യ സംഘം കോട്ടയം ജില്ലാ കമ്മിറ്റിയിലും അംഗമാണ്. അനുകാലികങ്ങളിൽ പരിസ്ഥിതി, ശാസ്ത്രം എന്നിവ സംബന്ധിച്ച് എഴുതാറുണ്ട്. *ചിന്ത* വാരികയിൽ ശാസ്ത്രീയ ചിന്ത എന്ന പംക്തി കൈകാര്യം ചെയ്യുന്നു. redhouseeffect.blogspot.in എന്ന ബ്ലോഗ് എഴുതുന്നു.

പാതിരാമണൽ, ടൂറിസ വികസനം കേരളത്തിൽ, ലൈംഗികത: നിലപാടുകളുടെ രാഷ്ട്രീയം, പ്രകൃതിയുടെ പ്രകൃതം, നിലയ്ക്കാത്ത കാറ്റും ശമിക്കാത്ത ചൂടും, സ്വാതന്ത്ര്യം തന്നെ ജീവിതം, ശാസ്ത്രചിന്തകൾ, സംസ്കാരത്തിലെ പ്രതിസന്ധി, കാച്ചിക്കുറുക്കി പഞ്ചസാരയിട്ട കവിതകൾ, വിദ്യാഭ്യാസം: അധിനിവേശത്തിന്റെ തിരുശേഷിപ്പുകൾ, പഴഞ്ചൊല്ലിൽ പതിരുണ്ട്, ശാസ്ത്രം സൗന്ദര്യം തന്നെ, നമുക്ക് വായിക്കാം, മേരിക്യൂറി, ആദിവാസി സമരത്തിന്റെ അർത്ഥാന്തരങ്ങൾ (പ്രൊഫ. എം കെ പ്രസാദിനൊപ്പം) *സൈലന്റ് വാലി ചെറുത്തുനില്പിന്റെ നാൾവഴി* (ആർ രാധാകൃഷ്ണനൊപ്പം) എന്നിവയാണ് പ്രധാന കൃതികൾ.

ഭാര്യ : ബിന്ദു (മുഴുവൻസമയ രാഷ്ട്രീയ പ്രവർത്തകയും സി പി ഐ (എം) കോട്ടയം ഏരിയ കമ്മിറ്റിയംഗവുമാണ്.

മകൾ : മേഘ

വിലാസം: കുമരകം വടക്ക്
കോട്ടയം

email : jojikoottummel@yahoo.com

ഉള്ളടക്കം

പ്രസാധകക്കുറിപ്പ്

പ്രകാശത്തിന്റെ സഞ്ചാരവഴികൾ ഗവേഷണകുതുകികൾക്കു മാത്രമല്ല സാധാരണ മനുഷ്യർക്കും അത്ഭുതങ്ങളുടെ അക്ഷയഖനികളാണ്. സർവ്വവ്യാപിയും ഒഴിച്ചുകൂടാനാകാത്തതുമായ ഈ പ്രകാശത്തെ മനസ്സിലാക്കുംതോറും കൂടുതൽ കൂടുതൽ മനസ്സിലാക്കാൻ അവശേഷിക്കുന്നത് എന്തുകൊണ്ട്? ബലതന്ത്രത്തിലെ സൂത്രവാക്യങ്ങളിൽ ഒതുങ്ങാതെ പ്രയോഗത്തിന്റെ അനന്തവിഹായസിലേക്ക് പ്രകാശം സഞ്ചരിച്ചുകൊണ്ടിരിക്കുന്നു. ഓരോ കണ്ടെത്തലുകളും അടുത്ത കണ്ടെത്തലിൽ തിരുത്തിക്കുറിക്കപ്പെടുന്നു. ഓപെറ പരീക്ഷണം, സേൺ, ന്യൂട്രിനോകൾ തുടങ്ങിയ ബലതന്ത്ര/നാനോ സംജ്ഞകൾ സാധാരണക്കാരനെ കുഴക്കിക്കളയും. പ്രകാശത്തെപ്പറ്റി നാളിതുവരെ നടന്ന കണ്ടെത്തലുകളെയും നാളയിലേക്കുള്ള ശാസ്ത്രജാലകങ്ങളെയും പറ്റി അന്വേഷിക്കുന്ന ഏതൊരാൾക്കും പ്രയോജനകരമായ ഒരു പുസ്തകമാണിത്. ചിന്തയുടെ വിജ്ഞാനവർഷം പരമ്പരയിലെ 118-ാമത് പുസ്തകമായ *പ്രകാശരേഖകൾക്കു* വായനക്കാരുടെ പ്രോത്സാഹനം ലഭിക്കുമെന്നു പ്രതീക്ഷിക്കുന്നു.

ചിന്ത പബ്ലിഷേഴ്സ്

1

പ്രകാശത്തെക്കുറിച്ച് തർക്കങ്ങളുണ്ടായിരുന്നു

പ്രകാശം എത്ര വേഗതയിൽ സഞ്ചരിക്കും?

ഓ, ഇതൊരു നിസ്സാര ചോദ്യമല്ലേ? സാധാരണ സയൻസ് ക്വിസ്സിൽ ചോദിക്കുന്ന ഒരു ചോദ്യം. ഉത്തരം എല്ലാവർക്കും അറിയാം.

പ്രകാശത്തിന്റെ വേഗത ഒരു സെക്കന്റിൽ മൂന്ന് ലക്ഷം കിലോമീറ്ററാണ്. ഉത്തരം ശരിയാണെന്നും തെറ്റാണെന്നും പറയാം.

അതെന്താ അങ്ങനെ?

ഉത്തരം ശരിയാണ്. പക്ഷേ "കിറു"കൃത്യം അല്ല.

ശരി; കൃത്യമായിപ്പറഞ്ഞാലോ?

പ്രകാശത്തിന്റെ വേഗത ഒരു സെക്കന്റിൽ 299792.458 കിലോമീറ്റർ ആണ്. മൂന്ന് ലക്ഷമാകാൻ 207 മീറ്ററും 54.2 സെന്റീമീറ്ററും കൂടി വേണം. മൂന്ന് ലക്ഷം എന്ന വലിയ സംഖ്യയുമായി താരതമ്യം ചെയ്യുമ്പോൾ 207 എന്നത് ചെറിയ, നിസ്സാരമായ, അവഗണിക്കത്തക്ക ഒന്നാണ്. അതുകൊണ്ട് സാധാരണ പറയുമ്പോൾ മൂന്ന് ലക്ഷം എന്ന് തന്നെ പറയാം.

"സാധാരണ പറയുമ്പോൾ" എന്നത് പ്രത്യേകം ശ്രദ്ധിക്കണം.

എന്താ കാരണം?

ശാസ്ത്രീയമായ പരീക്ഷണ നിരീക്ഷണങ്ങൾക്ക് വേണ്ടിയാകുമ്പോൾ സംഖ്യ കൃത്യമായിരിക്കണം.

വെറുതെ കൃത്യമായാൽപ്പോര.

"കിറു"കൃത്യം തന്നെയായിരിക്കണം.

അല്ലെങ്കിൽ എന്തുപറ്റും?

ഒരു ഉദാഹരണം പറയാം. 2011 സെപ്തംബർ മാസത്തിലാണ് സേണിൽ നടക്കുന്ന ഓപെറ പരീക്ഷണത്തിന്റെ ഫലം പ്രസിദ്ധീകരിക്കപ്പെട്ടത്. എന്താണ് സേൺ, എന്താണ് ഓപെറ പരീക്ഷണം എന്നെല്ലാം

പിന്നീട് പറയുന്നുണ്ട്. ഇപ്പോൾ അതിലേക്ക് പോകേണ്ട. അതുകൊണ്ട് നേരിട്ടു കാര്യം പറയാം. ഈ പരീക്ഷണത്തിൽ ഒരു നിശ്ചിത ദൂരം, ഏകദേശം 730 കിലോമീറ്റർ ദൂരം, സഞ്ചരിക്കാൻ ന്യൂട്രിനോകൾ എടുത്തത് ഇത്രയും ദൂരം സഞ്ചരിക്കാൻ പ്രകാശം എടുക്കുന്നതിലും അറുപത് നാനോ സെക്കന്റ് കുറവ് ആയിരുന്നത്രെ.

ഒരു നാനോ സെക്കന്റ് എന്ന് പറഞ്ഞാൽ എത്രയാണെന്നോ? ഒരു സെക്കന്റിന്റെ നൂറ് കോടിയിലൊരു ഭാഗമാണത്. ഇത്തരം അറുപത് നാനോ സെക്കന്റ് സമയം കൊണ്ടാണ് സേണിൽ ന്യൂട്രിനോകൾ പ്രകാശത്തെ ഓടിത്തോല്പിച്ചത്. ഓടിത്തോല്പിച്ചത് എന്ന് പറയാൻ വരട്ടെ.

അത് സംബന്ധിച്ച് ചില കാര്യങ്ങൾ ഇനിയും വ്യക്തമാക്കാനുണ്ട്. അക്കാര്യങ്ങളും തല്ക്കാലം നമ്മൾ മാറ്റിവയ്ക്കുന്നു. അതുമാത്രമല്ല; ന്യൂട്രിനോകളെക്കുറിച്ചും വിശദമായി നമുക്ക് പരിശോധിക്കാനുണ്ട്.

ഈ പുസ്തകത്തിന്റെ അവസാനം ഞാനത് പറയുന്നുണ്ട്. ഓപെറ പരീക്ഷണത്തിന്റെ വിശദാംശങ്ങൾ പറയാതെ പ്രകാശത്തേക്കുറിച്ചുള്ള പഠനം പൂർത്തിയാവില്ല. എന്നാൽ ഇപ്പോൾ അതിലേക്ക് പോയാൽ നമ്മൾ വിഷയത്തിൽ നിന്ന് മാറിപ്പോകും.

അളവിന്റെ കൃത്യതയെക്കുറിച്ച് ആണല്ലോ നമ്മൾ പറഞ്ഞു വന്നത്. അതിലേക്ക് തന്നെ വരാം. എന്തുകൊണ്ടാണ് കൃത്യതയ്ക്ക് ഇത്ര പ്രാധാന്യം നല്കുന്നത്?

ന്യൂട്രിനോകൾ പ്രകാശത്തെ ഓടിത്തോല്പിച്ചോ ഇല്ലയോ എന്നതിനെക്കുറിച്ച് എന്തെങ്കിലും പറയാൻ അളവ് കിറു കൃത്യമായിരിക്കണം. അറുപത് നാനോസെക്കന്റ് സമയംകൊണ്ട് എത്ര അധികദൂരം ഓടും എന്നതാണല്ലോ പരീക്ഷണം. അപ്പോൾ 299792.458 എന്നത് മൂന്ന് ലക്ഷം എന്ന് പറഞ്ഞാൽ കണക്ക് തെറ്റും എന്നുറപ്പാണല്ലോ?

അളവിന്റെ സൂക്ഷ്മതയെക്കുറിച്ച് വ്യക്തമാക്കാൻ ഒരു കാര്യംകൂടി പറയാം. നമ്മൾ മുമ്പേ പറഞ്ഞ ദൂരമുണ്ടല്ലോ, 730 കിലോമീറ്റർ?

രണ്ട് സ്ഥലത്ത് സ്ഥിതി ചെയ്യുന്ന പരീക്ഷണശാലകൾ തമ്മിലുള്ള അകലം 730 കിലോമീറ്റർ എന്ന കൃത്യം പൂർണ്ണസംഖ്യയിലായിരിക്കാനുള്ള സാദ്ധ്യത വളരെ കുറവല്ലേ? ദൂരവും വേഗതപോലെ തന്നെ കിറു കൃത്യമായാലല്ലേ പരീക്ഷണം ശരിയാവൂ?

അതെ; അതുകൊണ്ടെന്താ?

അതുകൊണ്ട് ദൂരം കൃത്യമായി അളന്ന് തന്നെ പരീക്ഷണം ചെയ്യണം.

അങ്ങനെ തന്നെ ചെയ്തു.

730 കിലോമീറ്റർ 534 മീറ്റർ 61 സെന്റീമീറ്റർ എന്ന് കൃത്യമായി അളന്നാണ് അവർ പരീക്ഷണം നടത്തിയത്.

വളരെ പ്രധാനപ്പെട്ട പരീക്ഷണം തന്നെയാണിത്. പക്ഷേ മുമ്പേ പറഞ്ഞതുപോലെ ഇപ്പോൾ നമ്മൾ ആ വഴിക്ക് പോകുന്നില്ല. അളവുകൾ കൃത്യമായിരിക്കണം എന്ന് സൂചിപ്പിക്കാൻ മാത്രമാണ് ഈ ഉദാഹ

രണം പറഞ്ഞത്. നമ്മൾ പ്രകാശവേഗതയിലേക്ക് മടങ്ങുന്നു.

അപ്പോൾ പ്രകാശവേഗത 299792.458 കിലോമീറ്റർ ഒരു സെക്കന്റിൽ എന്ന് നിജപ്പെടുത്തി.

ഈ സംഖ്യയ്ക്ക് എന്താ ഇത്ര പ്രാധാന്യം?

ഉണ്ട്; വലിയ പ്രാധാന്യമുണ്ട്.

ആൽബർട്ട് ഐൻസ്റ്റൈന്റെ അഭിപ്രായത്തിൽ ഇതാണ് പ്രപഞ്ചത്തിലെ ഏറ്റവും കൂടിയ വേഗത. ഈ വേഗതയെ മറികടക്കാൻ യാതൊന്നിനുമാവില്ല. ഒരു കാര്യം പ്രത്യേകമായി ഓർക്കണം. 299792.458 കിലോമീറ്റർ/സെക്കന്റ് എന്നത് പ്രകാശത്തിന്റെ ശൂന്യതയിലെ വേഗതയാണ്.

സഞ്ചാരത്തിന് അനുകൂലമായോ പ്രതികൂലമായോ യാതൊന്നുമില്ലാത്ത പരമശൂന്യതയിൽ പ്രകാശം ഈ വേഗതയിൽ സഞ്ചരിക്കും.

ഐൻസ്റ്റൈൻ പറഞ്ഞത് പ്രപഞ്ചത്തിൽ ഒരിടത്തും ഒന്നിനും ഈ വേഗതയെ മറികടക്കാനാവില്ലെന്നാണ്. ഇതിന്റെ പ്രാധാന്യവും പ്രസക്തിയും അറിയണമെങ്കിൽ പ്രകാശത്തെക്കുറിച്ച് ആദ്യം ചില കാര്യങ്ങൾ അറിയണം.

നമുക്ക് ആദ്യം മുതൽ തുടങ്ങാം.

എന്താണ് പ്രകാശം?

രാത്രിയിൽ നിങ്ങളുടെ മുറിയിൽ ഒരു വിളക്ക് തെളിഞ്ഞു നില്ക്കുന്നു എന്ന് കരുതുക. അപ്പോൾ മുറിയിൽ പ്രകാശം ഉണ്ട്. നിങ്ങൾക്ക് മുറിയിലുള്ള വസ്തുക്കൾ കാണാം. ഒരു അതാര്യവസ്തു ദീപത്തിനടുത്ത് പിടിച്ചാൽ അതിന്റെ നിഴൽ ഉണ്ടാകും. അതാര്യം എന്നാൽ പ്രകാശത്തെ കടത്തിവിടാത്തത് എന്നാണർത്ഥം. അതുകൊണ്ടാണ് നിഴൽ ഉണ്ടാകുന്നത്.

പ്രകാശത്തെ പൂർണ്ണമായി കടത്തിവിടുന്ന വസ്തുവാണ് ദീപത്തിനടുത്ത് കൊണ്ടുവരുന്നതെങ്കിലോ? നിഴൽ ഉണ്ടാവില്ല, പ്രകാശം വസ്തുവിലൂടെ കടന്ന് ഇപ്പുറത്ത് വരും. അത്തരം വസ്തുക്കൾ സുതാര്യമാണ് എന്ന് പറയാം.

ഗ്ലാസ് സുതാര്യമാണ്.

വായു പൂർണ്ണമായും സുതാര്യമാണ്.

അതുകൊണ്ട് വായുവിനെ നമുക്ക് കാണാനാവില്ല.

ശരി;

സമയം രാത്രി.

വിളക്ക് തെളിഞ്ഞു നില്ക്കുന്നു. പ്രകാശമുണ്ട്. നിങ്ങൾക്ക് മുറിയുടെ അകം കാണാം. പൊടുന്നനെ വിളക്കണഞ്ഞു എന്ന് കരുതുക.

എന്തു സംഭവിക്കും?

ഇരുട്ട്. കനത്ത ഇരുട്ട്! അതിൽ സംശയമൊന്നുമില്ല. പക്ഷേ ഒരു ചോദ്യം ചോദിക്കാം.

വിളക്ക് അണഞ്ഞപ്പോൾ മുറിയിലുണ്ടായിരുന്ന പ്രകാശം എങ്ങോട്ടു പോയി?

എങ്ങോട്ടെങ്കിലും പോയതാണെങ്കിൽ എങ്ങനെപോയി? ഈ ചോദ്യത്തിന് ഉത്തരം പറയണമെങ്കിൽ വേറെ ഒരു ചോദ്യത്തിനുള്ള ഉത്തരം ആദ്യം പറയണം. എന്താണെന്നോ?

നേരത്തേ നിങ്ങൾ കണ്ട പ്രകാശം എന്തായിരുന്നു?

ഐസക് ന്യൂട്ടൺ വിചാരിച്ചിരുന്നത് പ്രകാശം അതിവേഗത്തിൽ സഞ്ചരിക്കുന്ന കണികകളുടെ ഒരു ഒഴുക്കാണ് എന്നായിരുന്നു.

പക്ഷേ, ന്യൂട്ടണ് തന്നെ അതിൽ ചില കുഴപ്പങ്ങൾ ഉണ്ട് എന്നറിയാമായിരുന്നു.

ഐസക് ന്യൂട്ടൺ

പ്രകൃതിയും പ്രകൃതിയുടെ നിയമങ്ങളും
ഇരുളിലാണ്ട് കിടക്കുകയായിരുന്നു.
ദൈവം പറഞ്ഞു: "ന്യൂട്ടൺ ഉണ്ടാകട്ടെ."
അപ്പോൾ എല്ലാം പ്രകാശമാനമായി.

ഐസക് ന്യൂട്ടനെക്കുറിച്ച് അലക്സാണ്ടർ പോപ്പ് എഴുതിയ ഈ വരികൾ ഒട്ടും അതിശയോക്തിപരമല്ല. പ്രകൃതിയുടെ അറിയപ്പെടാത്ത നിയമങ്ങളെ മാനവരാശിക്ക് മുമ്പാകെ തുറന്നുവച്ച മഹാശാസ്ത്രജ്ഞനായിരുന്നു ഐസക് ന്യൂട്ടൺ.

1642 ലെ ക്രിസ്മസ് രാത്രിയിൽ ഇംഗ്ലണ്ടിലെ ലിങ്കൺഷയറിൽ ഐസക് ന്യൂട്ടൺ ജനിച്ചു. ന്യൂട്ടൺ ജനിക്കുന്നതിന് ഏതാനും മാസങ്ങൾക്ക് മുമ്പ് അദ്ദേഹത്തിന്റെ പിതാവ് അന്തരിച്ചു. ന്യൂട്ടന്റെ ജനനശേഷം മാതാവ് പുനർവിവാഹം ചെയ്ത് ഭർത്താവിനൊപ്പം പോയി. ന്യൂട്ടൺ തന്റെ മുത്തശ്ശിക്കൊപ്പമാണ് വളർന്നത്. വിജ്ഞാനത്തിന്റെ കാര്യത്തിൽ അദ്ദേഹം കൈവയ്ക്കാത്ത മേഖലയൊന്നുമില്ല. ഭൗതികശാസ്ത്രം, ഗണിതം, ജ്യോതിശ്ശാസ്ത്രം, തത്ത്വചിന്ത, ക്രിസ്ത്യൻ ദൈവശാസ്ത്രം തുടങ്ങിയ മേഖലകളിലെല്ലാം അദ്ദേഹത്തിന്റെ പഠനങ്ങൾ ഉണ്ടായി. ഇത് കൂടാതെ ലോഹങ്ങളെ സ്വർണ്ണമാക്കി മാറ്റാമെന്നുള്ള വിശ്വാസത്തിൽ ആൽക്കെമിയിലും അദ്ദേഹം പരീക്ഷണം നടത്തി. ഭൗതികശാസ്ത്രം അന്നേവരെ കണ്ട ഏറ്റവും മഹത്തായ ഗ്രന്ഥമായി

രുന്നു അദ്ദേഹം 1687 ൽ പ്രസിദ്ധീകരിച്ച *ഫിലോസഫിയ നാച്ചുറാലിസ് പ്രിൻസിപ്പിയ മാത്തമറ്റിക്ക*. അന്നറിയപ്പെട്ട ഒട്ടുമിക്ക പ്രകൃതി പ്രതിഭാസങ്ങൾക്കും ഈ ഗ്രന്ഥം വിശദീകരണം നല്കി. മാത്രമല്ല ഗണിതം ഉപയോഗിച്ച് പ്രകൃതി പ്രതിഭാസങ്ങളെ വിശദീകരിക്കാമെന്നും ഈ പുസ്തകത്തിൽ അദ്ദേഹം വ്യക്തമാക്കി. സാർവ്വത്രിക ഗുരുത്വാകർഷണ നിയമം, ഭൗതികത്തിലെ മൂന്ന് ചലനനിയമങ്ങൾ എന്നിവ അദ്ദേഹമാണ് ആവിഷ്കരിച്ചത്. 1727 മാർച്ച് 27 ന് 84-ാം വയസ്സിൽ അദ്ദേഹം അന്തരിച്ചു.

രണ്ട് റോഡുകൾ കൂട്ടിമുട്ടുന്ന ഒരു കവല സങ്കല്പിക്കുക. അതിവേഗത്തിൽ രണ്ട് കാറുകൾ കവലയിലേക്ക് വരുന്നു. രണ്ടും ഒരേ നിമിഷം കവലയിലെത്തി. രണ്ടും നിർത്തുന്നില്ല. എന്തു സംഭവിക്കും?

ഉത്തരം അറിയാം.

രണ്ട് കാറും കൂട്ടിയിടിച്ച് ചിതറും.

ഇതേപോലെ രണ്ട് പ്രകാശ പുഞ്ജങ്ങൾ കൂട്ടിയിടിച്ചാലോ? അതിലെ കണങ്ങൾ കൂട്ടിയിടിച്ച് ചിതറേണ്ടതാണ്. പക്ഷേ അങ്ങനെ സംഭവിക്കുന്നില്ല.

അപ്പോൾ പ്രകാശം കണങ്ങൾ അല്ലെന്നുണ്ടോ?

ഇതായിരുന്നു ഒരു പ്രശ്നം.

പിന്നെയുമുണ്ടായിരുന്നു സംശയങ്ങൾ.

1666 ലാണ് ന്യൂട്ടൺ സൂര്യപ്രകാശത്തിന്റെ വർണ്ണരാജി കണ്ടെത്തിയത്. ആ പരീക്ഷണം നിങ്ങൾക്കറിയാം. ഒരു പ്രിസ(Prism)ത്തിലൂടെ സൂര്യപ്രകാശം കടത്തിവിടുക. സൂര്യപ്രകാശം ഏഴ് വർണ്ണങ്ങളായി വേർപിരിയുന്നു.

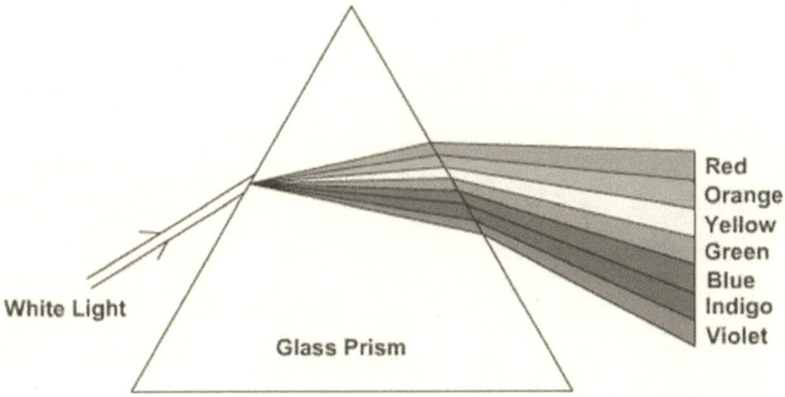

ഒരു പ്രിസത്തിലൂടെ സൂര്യപ്രകാശം ഏഴ് വർണ്ണങ്ങളായി വേർപിരിയുന്നു

ഏതെല്ലാമാണ് ആ നിറങ്ങൾ?

ഊതവർണ്ണം(violet), നീലം (indigo), നീല (blue), പച്ച (green), മഞ്ഞ(yellow), പിംഗലവർണ്ണം(orange), ചുവപ്പ് (red)....എന്നിങ്ങനെ.

ന്യൂട്ടൺ ആണ് ഇതിനെ വർണ്ണരാജി എന്ന് വിളിച്ചത്. സ്പെക്ട്രം ((Spectrum) എന്ന ലത്തീൻ വാക്കാണ് വർണ്ണരാജിയെക്കുറിക്കാൻ ന്യൂട്ടൺ ഉപയോഗിച്ചത്.

ന്യൂട്ടന്റെ സംശയമിതായിരുന്നു. വിവിധ നിറത്തിലുള്ള പ്രകാശങ്ങൾ ഒരു മാധ്യമത്തിൽനിന്ന് മറ്റൊരു മാധ്യമത്തിലേക്ക് കടക്കുമ്പോൾ-ഉദാ: വായുവിൽ നിന്ന് ചില്ലിലേക്ക് മാറുമ്പോൾ--എന്തിന് വ്യത്യസ്ത അളവുകളിൽ വ്യതിചലിക്കണം?

ക്രിസ്ത്യൻ ഹയ്ജൻസ്

പ്രകാശത്തിന്റെ തരംഗസിദ്ധാന്തം ആവിഷ്കരിച്ചത് ക്രിസ്ത്യൻ ഹൈജൻസ് ആണ്. 1629 ഏപ്രിൽ 4 ന് നെതർലാൻഡിലെ ഹേഗിൽ ജനിച്ചു. ഫ്രഞ്ച് ശാസ്ത്രജ്ഞനായ അഗസ്റ്റിൻ ഡീൻ ഫ്രനെലുമായി ചേർന്നാണ് ഹയ്ജൻസ് തരംഗസിദ്ധാന്തം ആവിഷ്കരിച്ചത്. അതുകൊണ്ട് ഈ സിദ്ധാന്തം ഹയ്ജൻസ്-ഫ്രനെൽ സിദ്ധാന്തം എന്നറിയപ്പെടുന്നു. ഭൗതികശാസ്ത്രത്തിലും ഗണിതത്തിലും ജ്യോതിശ്ശാസ്ത്രത്തിലും വിദഗ്ദ്ധനായിരുന്നു ഹയ്ജൻസ്. കൂടാതെ കാലത്തെക്കുറിച്ചുള്ള പഠനമായ ഹോറോളജിയിലും അദ്ദേഹത്തിന്റെ സംഭാവനകൾ ഉണ്ട്. ശാസ്ത്ര കല്പിതകഥകൾ എഴുതുന്നതിലും അദ്ദേഹം സമർത്ഥനായിരുന്നു.

ശനി ഗ്രഹത്തിന്റെ വലയങ്ങളും ശനിയുടെ തന്നെ ഒരു ഉപഗ്രഹമായ ടൈറ്റനെയും കണ്ടെത്തിയത് ഹയ്ജൻസ് ആയിരുന്നു. അഭികേന്ദ്ര ബലവും അപകേന്ദ്ര ബലവും വിശദീകരിച്ചതും പെൻഡുലം ക്ലോക്ക് കണ്ടുപിടിച്ചതുമാണ് ഹയ്ജൻസിന്റെ മറ്റ് പ്രധാന സംഭാവനകൾ. 1695 ജൂലൈ 8ന് അന്തരിച്ചു.

വ്യത്യസ്ത അളവുകളിൽ വ്യതിചലിക്കുന്നത് കൊണ്ടാണല്ലോ വർണ്ണരാജിയിലെ നിറങ്ങൾ വേർപിരിയുന്നത്?

ഇതിനുത്തരം പറഞ്ഞത് ക്രിസ്ത്യൻ ഹയ്ജൻസ് ആണ്. 1678 ൽ ആയിരുന്നു അത്.

ഹയ്ജൻസ് പറഞ്ഞു: "പ്രകാശം സൂക്ഷ്മതരംഗങ്ങളുടെ തുടർച്ചയാണ്."

അതുകൊണ്ടെന്താ?

തരംഗങ്ങൾക്ക് പരസ്പരം കടന്ന് പോകാം. കൂട്ടിയിടിച്ച് ചിതറുകയില്ല. വ്യത്യസ്ത നിറങ്ങൾക്ക് വ്യത്യസ്ത തരംഗദൈർഘ്യമാണ്. അതുകൊണ്ട് മാധ്യമം മാറുമ്പോൾ അവ വ്യത്യസ്തമായിത്തന്നെ വ്യതിചലിക്കും.

ഉത്തരം കിട്ടി.

പക്ഷേ, പ്രശ്നം കൂടുതൽ സങ്കീർണ്ണമായി.

ചില പുതിയ ചോദ്യങ്ങൾ ഉയർന്നുവന്നു എന്നർത്ഥം.

എന്താണാവോ പുതിയ ചോദ്യങ്ങൾ?

പ്രകാശത്തെ ഒരു അതാര്യവസ്തു തടയുമ്പോൾ എന്തുകൊണ്ടാണ് നിഴൽ ഉണ്ടാകുന്നത്? തരംഗത്തിന് അതിനെ തടസ്സപ്പെടുത്തുന്ന വസ്തുവിനെ ചുറ്റിവളഞ്ഞുപോയാൽ പോരേ?

ഓ! അതൊരു പുതിയ പ്രശ്നമാണ്.

തീർന്നില്ല. ഒരു ചോദ്യവുംകൂടി ഉയർന്നു.

പ്രകാശം എന്തിന്റെ തരംഗമാണ്? ശാന്തമായ ഒരു കുളത്തിലേക്ക് ഒരു കല്ലെടുത്തിട്ടാൽ വെള്ളത്തിൽ തരംഗമുണ്ടാകുന്നത് നമുക്ക് കാണാം. കുളത്തിൽ വെള്ളമില്ലെങ്കിലോ?

തരംഗം അഥവാ ഓളം ഉണ്ടാകുന്നില്ല.

വേണമെങ്കിൽ വായുവിൽ തരംഗം ഉണ്ടാക്കാം. വലിച്ച് കെട്ടിയ ഒരു സ്പ്രിങ്ങിലോ റബ്ബർബാന്റിലോ തരംഗം ഉണ്ടാക്കാം.

തരംഗം ഒരു വസ്തുവിൽ മാത്രമല്ലേ ഉണ്ടാവൂ?

തരംഗം സഞ്ചരിക്കുന്നത് ഏതെങ്കിലുമൊരു മാധ്യമത്തിലൂടെയായിരിക്കും എന്നർത്ഥം. ശൂന്യതയിൽ തരംഗങ്ങൾ ഉണ്ടാവില്ല.

പ്രകാശം ശൂന്യതയിൽ സഞ്ചരിക്കുമോ?

സംശയമെന്ത്, സൂര്യനിൽ നിന്നും നക്ഷത്രങ്ങളിൽ നിന്നുമൊക്കെ പ്രകാശം ഭൂമിയിലെത്തുന്നില്ലേ? പ്രകാശം ശൂന്യാകാശത്ത് കൂടി സഞ്ചരിക്കുന്നില്ലേ?

ശൂന്യതയിൽ ഏത് തരംഗമാണ് സഞ്ചരിക്കുക?

കാര്യം കുഴപ്പമായി.

പ്രകാശം കണമല്ല. കാരണം അത് കണങ്ങളുടെ സ്വഭാവം പൂർണ്ണമായി കാണിക്കുന്നില്ല. പ്രകാശം തരംഗവുമല്ല. കാരണം, അത് തരംഗങ്ങളുടെ സ്വഭാവവും പൂർണ്ണമായി കാണിക്കുന്നില്ല. തിരിച്ചും പറയാം. പ്രകാശം തരംഗങ്ങളുടെ ചില സ്വഭാവങ്ങൾ കാണിക്കുന്നുണ്ട്. ഞങ്ങളുടെ ചില സ്വഭാവവും അത് കാണിക്കുന്നുണ്ട്. അതുകൊണ്ട് പ്രകാശം കണമെന്ന് ന്യൂട്ടൺ; തരംഗമെന്ന് ഹയ്ജൻസ്.

സത്യത്തിൽ ഈ തർക്കം പ്രകാശത്തെക്കുറിച്ച് മാത്രമായിരുന്നില്ല. പ്രപഞ്ചത്തെക്കുറിച്ചും പ്രകൃതിയെക്കുറിച്ചും മൊത്തത്തിൽ ഉണ്ടായിരുന്നു. കാരണം പ്രകാശത്തെക്കുറിച്ചു ന്യൂട്ടൺ മുന്നോട്ടുവച്ച അനുമാനങ്ങളെല്ലാം അദ്ദേഹത്തിന്റെ പ്രപഞ്ച സങ്കല്പത്തോട് ഒത്തുപോകുന്നതായിരുന്നു.

എന്തായിരുന്നു പ്രപഞ്ചത്തെക്കുറിച്ച് ന്യൂട്ടൺ പറഞ്ഞത്?

പ്രപഞ്ചം കണങ്ങൾകൊണ്ട് നിർമ്മിച്ചിരിക്കുന്നു. കണങ്ങളെല്ലാം ന്യൂട്ടന്റെ ചലന നിയമങ്ങൾ അനുസരിക്കും. ഒരിക്കൽ കണങ്ങളുടെ ചലനം തുടങ്ങിയാൽ അവയെല്ലാം ഈ നിയമങ്ങളുടെ അടിസ്ഥാനത്തിൽ തുടർന്ന് ചലിച്ചുകൊണ്ടിരിക്കും.

ഈ കണങ്ങളുടെയെല്ലാം വേഗതയും ദിശയും നമുക്ക് അളക്കാൻ പറ്റുമോ?

ന്യൂട്ടന്റെ കാലത്ത് അത് പ്രായോഗികമായിരുന്നില്ല (ഇന്നും അല്ല) പക്ഷേ, ന്യൂട്ടൺ കരുതിയത് കൂടുതൽ കൂടുതൽ പഠിച്ച് വരുമ്പോൾ എല്ലാ കണങ്ങളുടെയും ചലനത്തിന്റെ വേഗതയും ദിശയും കണ്ടെത്താൻ കഴിഞ്ഞേക്കുമെന്നാണ്.

അങ്ങനെ കഴിഞ്ഞാലെന്താ?

എങ്കിൽ രക്ഷപെട്ടില്ലേ?

ഒരു കാർ മണിക്കൂറിൽ നൂറ് കിലോമീറ്റർ വേഗതയിൽ തിരുവനന്തപുരത്ത് നിന്ന് വടക്കോട്ട് സഞ്ചരിക്കുന്നു എന്ന് വിചാരിക്കുക.

അതായത് കാറിന്റെ വേഗതയറിയാം.

ദിശയുമറിയാം.

അങ്ങനെ അറിഞ്ഞാലോ?

അഞ്ച് മണിക്കൂർ കഴിയുമ്പോൾ ആ കാർ എവിടെയെത്തും എന്ന് നമുക്ക് മുൻകൂട്ടി പറയാൻ പറ്റും? അതായത് ഭാവി പ്രവചിക്കാൻ കഴിയും.

ശരിയല്ലേ?

ശരിയാണ്. പക്ഷേ, അതിൽ പ്രവചനത്തിന്റെ കാര്യമൊന്നുമില്ല. വാഹനത്തിന്റെ വേഗതയും ദിശയും അറിയാമെങ്കിൽ ഒരു നിശ്ചിത സമയം കഴിയുമ്പോൾ അതെവിടെയെത്തും എന്ന് മുൻകൂട്ടി ആർക്കും പറയാൻ പറ്റും.

അതങ്ങനെയാണെങ്കിൽ പ്രപഞ്ചത്തിലെ മുഴുവൻ കണങ്ങളുടേയും വേഗതയും അവയുടെ ചലനദിശയും അറിയാൻ പറ്റിയാലോ?

അമ്പടാ! ഭാവിയിലെ എല്ലാ ചലനങ്ങളും മുൻകൂട്ടി പറയാം. പ്രപഞ്ചത്തിന്റെ ഭാവി പ്രവചിക്കാം. ലാപ്ലാസ് എന്ന ഫ്രഞ്ച് ഗണിത ശാസ്ത്രജ്ഞനാണ് ഈ പ്രതീക്ഷ വച്ചുപുലർത്തിയത്.

എത്ര മനോഹരമായ നടക്കാത്ത സ്വപ്നം, അല്ലേ?

ഗുരുത്വാകർഷണ നിയമം

മുകളിലേക്ക് എറിയുന്ന ഏത് വസ്തുവും അല്പസമയത്തിനകം താഴേക്ക് പതിക്കുമെന്ന് നിങ്ങൾക്കറിയാം. ഇതിന്റെ കാരണം ഗുരുത്വബലം തന്നെയാണ്. പക്ഷേ ഗുരുത്വബലത്തെക്കുറിച്ചുള്ള അന്വേഷണം തുടങ്ങിയതിവിടെ നിന്നല്ല. മറ്റൊരുപാട് പഠനങ്ങളെന്നപോലെ ഗുരുത്വബലത്തേക്കുറിച്ചുള്ള പഠനവും ജ്യോതിശ്ശാസ്ത്രത്തിൽ നിന്നാണ് തുടങ്ങിയത്. ഗ്രഹങ്ങൾ സൂര്യനെയും ഉപഗ്രഹങ്ങൾ ഗ്രഹങ്ങളെയും ചുറ്റി സഞ്ചരിക്കുന്നു എന്ന് പണ്ട് മുതലേ അറിയാമായിരുന്നു. ചലിച്ചുകൊണ്ടിരിക്കുന്ന ഒരു വസ്തുവിനെ നിശ്ചലമാക്കുകയോ അതിന്റെ ചലന ദിശയിൽ മാറ്റം വരുത്തുകയോ ചെയ്യണമെങ്കിൽ അതിൽ ബലം പ്രയോഗിക്കണം എന്ന് ഗലീലിയോവിന്റെ കാലം മുതലേ അറിയാമായിരുന്നു. ഇതാണ് ന്യൂട്ടൺ തന്റെ ഒന്നാം ചലന നിയമമാക്കിയത്. ഇതോടൊപ്പം ഗ്രഹങ്ങൾ ദീർഘവൃത്തപഥത്തിലാണ് സൂര്യനെ ചുറ്റുന്നതെന്ന കെപ്ലറുടെ നിയമം കൂടി ചേർത്തുവച്ച് നോക്കൂ. ഗ്രഹങ്ങൾ നേർരേഖയിൽ സഞ്ചരിച്ച് ദൂരേക്ക് തെറിച്ചുപോകാത്തതെന്തുകൊണ്ട് എന്നായിരുന്നു ന്യൂട്ടന്റെ ചിന്ത. ആ ചിന്തയുമായാണ് അദ്ദേഹം ഒരു ഉച്ചയ്ക്ക് ആപ്പിൾ മരത്തിന്റെ ചുവട്ടിൽ വിശ്രമിക്കാനെത്തുന്നതും തലയിൽ ആപ്പിൾ വീഴുന്നതും. ആപ്പിളിനെ താഴേക്ക് വലിച്ച അതേ ശക്തിയായിരിക്കണം ഗ്രഹങ്ങളെ സൂര്യനിലേക്കു വലിക്കുന്നതെന്നും ന്യൂട്ടൺ കരുതി. അങ്ങനെയാണ് ഗുരുത്വാകർഷണ നിയമത്തിന്റെ ജനനം.

ലാപ്ലാസിന്റെ സ്വപ്നം തകർന്നു.

പ്രകാശം തന്നെ കണമല്ല; തരംഗമാണെന്ന വാദം വന്നല്ലോ? വേറെയും പരിമിതികളുണ്ടായിരുന്നു ലാപ്ലാസിന്റെ സ്വപ്നത്തിന്. അതേക്കുറിച്ച് പിന്നീട് പറയാം.

ലാപ്ലാസ് ന്യൂട്ടനുശേഷമാണ് ജീവിച്ചത്. മുഴുവൻ പേര് പിയറി സൈമൺ മാർക്കിസ് ഡി ലാപ്ലാസ്. 1749 ൽ ഫ്രാൻസിലെ ബ്യൂമൗണ്ടിൽ അദ്ദേഹം ജനിച്ചു. അതായത് ന്യൂട്ടന്റെ മരണത്തിനും ഇരുപത്തിരണ്ട് വർഷത്തിനുശേഷം. ലാപ്ലാസ് ന്യൂട്ടന്റെ പഠനങ്ങളുടെ തുടർച്ചക്കാരനായിരുന്നു എന്ന് പറയാം. അതുകൊണ്ട് അദ്ദേഹത്തിന് ഒരു വിളിപ്പേരു കിട്ടി.

എന്താണെന്നോ?

ഫ്രെഞ്ച് ന്യൂട്ടൺ.

1827 മാർച്ച് 5ന് ലാപ്ലാസ് അന്തരിച്ചു. ഒരർത്ഥത്തിൽ ലാപ്ലാസിന്റെ സ്വപ്നം ന്യൂട്ടന്റേതു തന്നെയായിരുന്നു.

വേറെ ഒരു സംശയംകൂടി ഐസക് ന്യൂട്ടനെ കുഴക്കിയിരുന്നു. ഒരു വസ്തു മറ്റൊരു വസ്തുവിന്മേൽ ഗുരുത്വാകർഷണം പ്രയോഗിക്കുന്നുണ്ട് എന്ന് നമുക്കറിയാം. ഗുരുത്വാകർഷണത്തെക്കുറിച്ചുള്ള ആദ്യത്തെ പഠനം ന്യൂട്ടന്റേത് തന്നെയാണെന്ന് ഓർക്കുമല്ലോ?

തലയിൽ ആപ്പിൾ വീണ കഥയാണത്?

ഞെട്ടറ്റ ആപ്പിൾ എന്തുകൊണ്ട് താഴേക്ക് വീണു എന്നായിരുന്നല്ലോ ന്യൂട്ടന്റെ സംശയം. ആ സംശയത്തിനുത്തരമായിട്ടാണ് ന്യൂട്ടൺ ഗുരുത്വാകർഷണം എന്ന ആശയം മുന്നോട്ടുവച്ചത്.

നിങ്ങളത് പ്രൈമറി ക്ലാസ്സിൽ പഠിച്ചിട്ടുണ്ടാവും. ഭൂമി എല്ലാ വസ്തുക്കളെയും അതിന്റെ കേന്ദ്രത്തിലേക്ക് ആകർഷിക്കുന്നു.

ഭൂമി മാത്രമാണോ അങ്ങനെ ആകർഷിക്കുന്നത്?

തീർച്ചയായും അല്ല.

എല്ലാ വസ്തുക്കളും ഗുരുത്വാകർഷണം പ്രയോഗിക്കുന്നില്ലേ? എല്ലാ ആകാശഗോളങ്ങളും ഗുരുത്വാകർഷണം പ്രയോഗിക്കുന്നില്ലേ?

സൂര്യന്റെ ഗുരുത്വാകർഷണ ബലം ഭൂമിയിൽ അനുഭവപ്പെടുന്നുണ്ടോ?

ഉണ്ടല്ലോ! ഭൂമിയിൽ മാത്രമല്ല, സൗരയൂഥത്തിലെ എല്ലാ ഗ്രഹങ്ങളുടെമേലും സൂര്യന്റെ ഗുരുത്വാകർഷണബലം അനുഭവപ്പെടുന്നുണ്ട്.

ഓ, എങ്കിൽ എന്തുകൊണ്ടാണ് അവ സൂര്യനിലേക്കു വീണുപോകാത്തത്?

അതിന്റെ കാരണം വേറെ. ഗ്രഹങ്ങൾ അതിവേഗത്തിൽ ചലിച്ചു

ആപ്പിൾകഥ സത്യമോ?

ന്യൂട്ടന്റെ തലയിൽ ആപ്പിൾവീണ കഥ സത്യമാണോ? അല്ലെന്നാണ് പലരും കരുതിയിരുന്നത്. അത് പറഞ്ഞുകേട്ട ഒരു കഥ മാത്രമാണെന്നും പില്ക്കാലത്ത് കരുതപ്പെട്ടിരുന്നു. എന്നാൽ ലണ്ടനിലെ റോയൽ സൊസൈറ്റിയിലെ പുരാരേഖാശേഖരത്തിൽ മറഞ്ഞുകിടന്നിരുന്ന ഒരു കൈയെഴുത്ത് പ്രതി കണ്ടെത്തിയതോടെ ഈ തർക്കം അവസാനിച്ചു. ന്യൂട്ടന്റെ സമകാലീനനായിരുന്ന വില്യംസ്റ്റക്‌ലി എഴുതിയ ന്യൂട്ടന്റെ ജീവചരിത്രമായിരുന്നു ആ ഗ്രന്ഥം. *സർ ഐസക് ന്യൂട്ടന്റെ ജീവിതത്തെക്കുറിച്ചുള്ള ഓർമ്മകൾ* എന്ന ആ പുസ്തകം 1752-ലാണ് പ്രസിദ്ധീകരിച്ചത്. അതായത് ന്യൂട്ടന്റെ മരണശേഷം മൂന്ന് വർഷം കഴിഞ്ഞ്. തന്റെ തലയിൽ ആപ്പിൾ വീണ കഥ സ്റ്റക്‌ലിയോട് ന്യൂട്ടൺ നേരിട്ടു പറഞ്ഞതായി ഈ കൈയെഴുത്തു പ്രതിയിൽ രേഖപ്പെടുത്തിയിരിക്കുന്നു. ന്യൂട്ടന്റെ ഒരു ജീവചരിത്ര ഗ്രന്ഥം ആദ്യം പ്രസിദ്ധീകരിക്കുന്നതും സ്റ്റക്‌ലി തന്നെ.

കൊണ്ടിരിക്കുകയാണ്. ചലനത്തിന്റെ വേഗത അവയെ ദൂരേക്ക് തെറിച്ചുപോകാൻ പ്രേരിപ്പിക്കുന്നുണ്ട്. അതിനെതിരായിട്ടാണ് ഗുരുത്വബലം പ്രവർത്തിക്കുന്നത്. ചലനവേഗതകൊണ്ട് ദൂരേക്ക് തെറിച്ചുപോകാൻ കിട്ടുന്ന ബലവും ഗുരുത്വബലവും തുല്യമായതിനാൽ ഗ്രഹങ്ങൾ ഒരു നിശ്ചിത പാതയിലൂടെ സൂര്യനെ ചുറ്റിക്കൊണ്ടിരിക്കുന്നു. ഗുരുത്വബലം കൂടിയാൽ അവ സൂര്യനിലേക്ക് വീണുപോകും. ചലനബലമാണ് കൂടുന്നതെങ്കിൽ അവ ദൂരേക്ക് തെറിച്ചുപോകും.

ഒരു ചരടിൽ കല്ല് കെട്ടി വട്ടം കറക്കുന്നതുപോലെ. ചരടിലൂടെ വൃത്തകേന്ദ്രത്തിലേക്കുള്ള വലിവ് ബലമാണ് ഗുരുത്വബലം എന്ന് കരുതുക. കറക്കത്തിന്റെ വേഗതകൂടി കല്ലിന്റെ ഗതികോർജ്ജം കൂടിയാലോ? ചരട് പൊട്ടി കല്ല് തെറിച്ചുപോകും. ചരട് ഉള്ളിലേക്ക് കൂടുതൽ ബലം പ്രയോഗിച്ചാലോ? കല്ല് കറങ്ങുന്ന വൃത്തത്തിന്റെ കേന്ദ്രത്തിലേക്ക് വീണുപോകും.

ന്യൂട്ടനെ കുഴക്കിയ പ്രശ്നം എന്തായിരുന്നുവെന്ന് അറിയേണ്ടേ?

ഗുരുത്വബലം ഉണ്ട് എന്ന് ന്യൂട്ടന് അറിയാം. സൂര്യനിൽ നിന്ന് അത് ഗ്രഹങ്ങളിലേക്ക് എത്തുന്നുണ്ടെന്നും അറിയാം. പക്ഷേ, സൂര്യനെയും ഭൂമിയെയും തമ്മിൽ ബന്ധിപ്പിക്കുന്ന ഒരു ചരട് ഇല്ല. ഗുരുത്വബലം വരുന്നത് ശൂന്യതയിലൂടെയാണ്.

പ്രകാശത്തെപ്പോലെ തന്നെ ഗുരുത്വബലവും ശൂന്യതയിലൂടെ സഞ്ചരിക്കുന്നു.

എങ്ങനെയാണത് സംഭവിക്കുന്നത്?

ന്യൂട്ടൺ പറഞ്ഞു:

"ഗുരുത്വാകർഷണം ഈഥറിലൂടെയാണ് വരുന്നത്."

ഈഥറോ?

എന്താണത്?

ഈഥർ ഒരു പഴയ സങ്കല്പമാണ്. പൗരാണിക ഗ്രീക്കുകാരുടെ ഒരാശയം. ഈഥർ എല്ലായിടത്തും ഉണ്ട് എന്നവർ കരുതി. ഈഥർ ഇല്ലാത്ത ഒരു സ്ഥലവുമില്ല. ഇങ്ങനെ ചിന്തിച്ചാൽ കാര്യം എളുപ്പമായി. പ്രകാശവും ഈ ഈഥറിലൂടെയാണ് സഞ്ചരിക്കുന്നത് എന്ന് വിചാരിക്കുക.

സംഗതി എളുപ്പം.

പ്രകാശം ഒരു തരംഗമാണ്.

അതിന് സഞ്ചരിക്കാൻ ഒരു മാധ്യമം ആവശ്യമാണ്. ഈ മാധ്യമമാണ് ഈഥർ.

പക്ഷേ, വെറുതെ പറഞ്ഞാൽ പോരല്ലോ? ഈഥർ ഉണ്ടെന്ന് തെളിയിക്കേണ്ടേ? തെളിയിക്കണം. അതിന്റെ ആദ്യപടിയാണല്ലോ അനുമാനം. ആദ്യം ഈഥർ ഉണ്ടെന്നും പ്രകാശവും ഗുരുത്വാകർഷണവും ഈഥറിലൂടെ സഞ്ചരിക്കുന്നുവെന്നും അനുമാനിക്കുന്നു. അപ്പോൾ പഴയ പല പ്രശ്നങ്ങൾക്കും ഉത്തരമായി. പക്ഷേ, പ്രശ്നം പൂർണ്ണമായി പരിഹരി

ക്കപ്പെടണമെങ്കിൽ ഈഥർ ഉണ്ടെന്ന് വസ്തുനിഷ്ഠമായി തെളിയിക്കപ്പെടണം.

അതിനെന്തുവേണം?

ആദ്യം ഈഥറിന്റെ സ്വഭാവം എന്തെല്ലാമാണെന്ന് തീർച്ചയാക്കണം. അതിനുശേഷം ഈ സ്വഭാവങ്ങളുള്ള ഈഥർ ഉണ്ടെന്ന് തെളിയിക്കണം. അതിനാവശ്യമായ പരീക്ഷണങ്ങൾ രൂപകല്പന ചെയ്യണം?

അതെ; അത് തന്നെയാണ് ശാസ്ത്രലോകം ചെയ്തത്. അതെന്താണെന്ന് നമുക്ക് നോക്കാം.

2

ഇല്ലാത്ത ഈഥറും ഫിറ്റ്സ്ജെറാൾഡിന്റെ സങ്കോചവും

കഴിഞ്ഞ അദ്ധ്യായത്തിന്റെ അവസാനം കണ്ട രണ്ട് സിദ്ധാന്തങ്ങൾ തമ്മിലുള്ള തർക്കമുണ്ടല്ലോ?

ഒന്ന്, ന്യൂട്ടന്റെ കണസിദ്ധാന്തം.

രണ്ട്, ഹയ്ജൻസിന്റെ തരംഗസിദ്ധാന്തം.

അതായത് ഹയ്ജൻസിന് ശേഷം ശാസ്ത്രത്തിൽ രണ്ട് മേഖലകൾ തമ്മിൽ ഒരു വൈരുദ്ധ്യം നിലനിന്നിരുന്നു എന്നർത്ഥം.

ഈ വാക്യത്തിൽ, ശാസ്ത്രത്തിൽ എന്ന വാക്കല്ല യഥാർത്ഥത്തിൽ ഉപയോഗിക്കേണ്ടത് ഭൗതികശാസ്ത്രത്തിൽ എന്ന് പറയണം. ഫിസിക്സ് എന്ന ഇംഗ്ലീഷ് വാക്കുകൊണ്ട് ഇതാണ് സൂചിപ്പിക്കുന്നത്. ശാസ്ത്രത്തിന് മറ്റനേകം മേഖലകൾ ഉണ്ടല്ലോ? ഇനി പലപ്പോഴും ഭൗതികശാസ്ത്രം എന്ന വാക്ക് നാം ഉപയോഗിക്കും. അപ്പോൾ ആശയക്കുഴപ്പമുണ്ടാകരുത്. ഭൗതികം എന്ന് മാത്രം പറഞ്ഞാലും മതി, ഇതേ അർത്ഥം ലഭിക്കാൻ.

ഹയ്ജൻസ് ഈഥർ മാധ്യമത്തെ കൂട്ടുപിടിച്ച് പ്രകാശത്തിന്റെ തരംഗസ്വഭാവത്തെ വിശദീകരിക്കാൻ ശ്രമിച്ചെങ്കിലും അതത്ര പൂർണ്ണമായി ശാസ്ത്രലോകം അംഗീകരിച്ചിരുന്നില്ല. അതേ സമയം ന്യൂട്ടൺ ഗുരുത്വാകർഷണത്തെ വിശദീകരിക്കാനായിരുന്നു ഈഥർ സങ്കല്പത്തെ സ്വീകരിച്ചത്.

അതായത് രണ്ട് സിദ്ധാന്തങ്ങൾ തമ്മിലുള്ള തർക്കത്തിൽ കണസിദ്ധാന്തത്തിനായിരുന്നു മേൽക്കോയ്മ എന്നർത്ഥം.

1727 ൽ ന്യൂട്ടൺ അന്തരിച്ചു.

അതിനുശേഷം 74 വർഷം കഴിഞ്ഞപ്പോൾ മറ്റൊരു ശാസ്ത്രജ്ഞൻ വന്നു. അദ്ദേഹം പഴയ തർക്കത്തിന്റെ കുഴിമാടം മാന്തിയെടുത്തു. അവയുടെ അസ്ഥികൂടങ്ങൾ വലിച്ച് പുറത്തിട്ടു.

ശാസ്ത്രജ്ഞന്റെ പേര് തോമസ് യങ്.

തോമസ് യങ് ഒരു ഇംഗ്ലീഷ് ഭൗതിക ശാസ്ത്രജ്ഞനായിരുന്നു. 1778 മുതൽ 1829 വരെയായിരുന്നു അദ്ദേഹത്തിന്റെ ജീവിതകാലം.

യങ് എന്താണ് ചെയ്തത്?

ഒറ്റവാക്യത്തിൽ പറഞ്ഞാൽ, അദ്ദേഹം പ്രകാശത്തിന്റെ വ്യതികരണ സ്വഭാവമാണ് കണ്ടെത്തിയത്.

എന്താണ് വ്യതികരണ (interference) സ്വഭാവം?

സംഗതി നിസ്സാരം.

അദ്ദേഹം വളരെ അടുത്ത് സ്ഥിതിചെയ്യുന്ന രണ്ട് ദ്വാരങ്ങളിൽ കൂടി നേർത്ത പ്രകാശപുഞ്ജം കടത്തിവിട്ട് പിന്നിൽ വച്ചിരിക്കുന്ന സ്ക്രീനിൽ അത് പിടിച്ചെടുത്തു.

എന്തിനാണെന്നറിയാമോ?

പ്രകാശം കണരൂപത്തിലാണെങ്കിൽ സ്ക്രീനിൽ രണ്ട് ദ്വാരങ്ങളിലൂടെയും പ്രകാശം വന്നുവീഴുന്ന ഭാഗത്ത് മറ്റ് ഭാഗങ്ങളേക്കാൾ കൂടുതൽ തിളക്കമുള്ളതായിരിക്കും.

അങ്ങനെ കണ്ടാലെന്താ?

കണസിദ്ധാന്തം ശരിയാണെന്ന് തെളിയും.

പക്ഷേ യങ് ഇതല്ല കണ്ടത്.

ഇരുണ്ടതും പ്രകാശമുള്ളതുമായ വൃത്തങ്ങളുടെ ഒരു ശ്രേണിയാണ് അദ്ദേഹം കണ്ടത്.

ആശയക്കുഴപ്പമായി; അല്ലേ?

എന്താണീ കാഴ്ചയുടെ അർത്ഥം?

യങ് പറഞ്ഞു:

പ്രകാശം തരംഗരൂപത്തിലാണെങ്കിൽ മാത്രമേ ഇത് ശരിയാവുകയുള്ളൂ.

അതെങ്ങനെ?

താഴെപ്പറയുന്ന രീതിയിൽ സങ്കല്പിച്ച് നോക്കൂ....

രണ്ട് പ്രകാശ തരംഗങ്ങൾ, രണ്ട് ദ്വാരങ്ങളിലൂടെ കടന്നുവന്ന് സ്ക്രീനിൽ പതിക്കുന്നു. തരംഗത്തിന് ഒരു ഉച്ചിയും ഒരു പാത്തിയും ഉണ്ടെന്ന് നിങ്ങൾക്കറിയാം. ചിത്രം നോക്കൂ. ഒരു തരംഗമാണ് അതിൽ കാണിച്ചിരിക്കുന്നത്.

ചിത്രത്തിൽ A എന്ന് കാണിച്ചിരിക്കുന്നതെല്ലാം ഉച്ചിയാണ്. B എന്ന് കാണിച്ചിരിക്കുന്ന ഭാഗങ്ങളെല്ലാം പാത്തിയും.

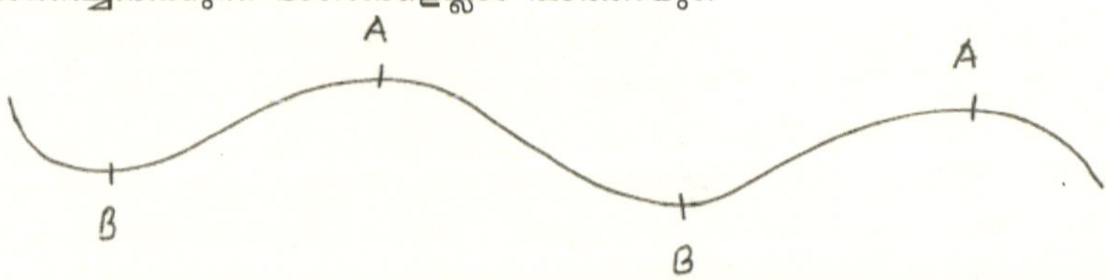

അപ്പോൾ രണ്ട് തരംഗങ്ങൾ വരുന്നു എന്ന് കരുതുക.

രണ്ടിന്റേയും ഉച്ചിയാണ് ഒരുമിച്ച് എത്തുന്നതെങ്കിൽ രണ്ടുംകൂടി ചേർന്ന് കൂടുതൽ പ്രകാശം ഉണ്ടാകും.

ഒന്നിന്റെ ഉച്ചിയും മറ്റേതിന്റെ പാത്തിയുമാണ് വരുന്നതെങ്കിലോ?

ഇരുട്ട്.

രണ്ട് പാത്തി വന്നാൽ വീണ്ടും പ്രകാശം. അതായത് ഉച്ചിയും ഉച്ചിയും ചേർന്നാലും പാത്തിയും പാത്തിയും ചേർന്നാലും പ്രകാശം.

ഉച്ചിയും പാത്തിയും പരസ്പരം ഹനിക്കുന്നു. ഈ പ്രതിഭാസത്തിനെയാണ് വ്യതികരണം എന്ന് വിളിക്കുന്നത്.

ഈ പരീക്ഷണത്തോടെ സംഗതികൾ മാറിമറിഞ്ഞു. പ്രകാശം തരംഗം തന്നെ എന്ന് വീണ്ടും പറയാൻ തുടങ്ങി. വീണ്ടും പഴയ ചോദ്യം.

തരംഗത്തിന് സഞ്ചരിക്കാൻ മാധ്യമം വേണ്ടേ?

വേണം. അതിന് ന്യൂട്ടൺ നല്കിയ പഴയ ഉത്തരം ഉണ്ടല്ലോ?

ഈഥർ!

അങ്ങനെ ഈഥർ വീണ്ടും സജീവ ചർച്ചാവിഷയമായി.

ന്യൂട്ടൺ തന്നെ ഉയർത്തിയ മറ്റൊരു ചോദ്യത്തിനും ഇതോടെ ഉത്തരമായി.

ഓർമ്മയുണ്ടോ ആ ചോദ്യം?

പ്രകാശം ഒരു മാധ്യമത്തിൽ നിന്ന് മറ്റൊരു മാധ്യമത്തിലേയ്ക്ക് മാറുമ്പോൾ അതിന്റെ നിറങ്ങൾ പല അളവിലാണ് വ്യതിചലിക്കുന്നത്. അതുകൊണ്ടാണല്ലോ സൂര്യപ്രകാശം പ്രിസത്തിലൂടെ കടന്ന് പോകുമ്പോൾ ഏഴ് വർണ്ണങ്ങളായി പിരിയുന്നത്.

മഴവില്ലുണ്ടാകുന്നത്!

അതിനുത്തരവും ഇതിലൂടെ കിട്ടി.

പ്രകാശം തരംഗമാണ്. വർണ്ണരാജിയിലെ ഓരോ നിറത്തിനും ഓരോ തരംഗദൈർഘ്യമാണ്. തരംഗദൈർഘ്യം മാറുന്നതിനനുസരിച്ച് വ്യതിചലനത്തിന്റെ അളവും മാറും. അങ്ങനെ വർണ്ണരാജി വേർപിരിയുന്നു.

പക്ഷേ, അപ്പോൾ മുമ്പേ നാം കണ്ട അതേ ചോദ്യം വീണ്ടും ഉയർന്നുവന്നു.

പ്രകാശം എന്തിന്റെ തരംഗമാണ്?

അതിന് സഞ്ചരിക്കാൻ യാതൊരുവിധ മാധ്യമവും ആവശ്യമില്ലാത്തത് എന്തുകൊണ്ടാണ്?

പക്ഷേ, യങ്ങിന്റെ കാലത്ത് ഈ ചോദ്യത്തിന് ഒരു ഉത്തരം ഉണ്ടായിരുന്നു എന്ന് നമുക്കറിയാം.

ഈഥർ!

ഈഥർ യാഥാർത്ഥ്യമാണോ അതോ വെറും സങ്കല്പമാണോ എന്ന് മനസ്സിലാക്കാനുള്ള പരീക്ഷണത്തേക്കുറിച്ചാണ് നമ്മൾ കഴിഞ്ഞ അദ്ധ്യായത്തിന്റെ അവസാനം പറഞ്ഞത്. അതെന്താണെന്ന് പരിശോധിക്കാൻ നമുക്ക് സമയമായി.

ഈഥർ ഒരു മാധ്യമവും പ്രകാശം അതിലൂടെ സഞ്ചരിക്കുന്ന തരംഗവുമാണ് എന്നുകരുതുക. പ്രകാശം പ്രപഞ്ചത്തിലെവിടെയും എത്തുമല്ലോ? അപ്പോൾ ഈഥറും എല്ലായിടത്തും ഉണ്ടായിരിക്കണം. ചില്ല് പോലെയുള്ള സുതാര്യവസ്തുക്കളിലും അതുണ്ടായിരിക്കണം.

അതെ; അങ്ങനെ എല്ലായിടത്തും ഉണ്ട് എന്ന് തന്നെ സങ്കല്പിച്ചു. അപ്പോൾ ഈഥറാണ് സ്ഥലം (space) എന്നു ചിലർ തത്ത്വചിന്താപരമായി പറഞ്ഞു.

മനസ്സിലായില്ലേ?

പ്രപഞ്ചം മുഴുവൻ വ്യാപിച്ച് കിടക്കുന്ന ഒരു സ്ഥലമാണ് ഈഥർ. അത് എല്ലായിടത്തും ഉണ്ട്. മറ്റെല്ലാം, സൂര്യചന്ദ്രന്മാരും ഭൂമി അടക്കമുള്ള ഗ്രഹങ്ങളും മറ്റെല്ലാ ആകാശഗോളങ്ങളും ഉൾപ്പെടെ, എല്ലാം ഈ സ്ഥലത്തിലൂടെ സഞ്ചരിക്കുകയാകണം. മറ്റെല്ലാറ്റിൽ നിന്നും വേറിട്ട ഒന്നാണ് ഈഥർ എന്നും കരുതണം.

പക്ഷേ, ഇതിൽ ഒരുപാട് പൊരുത്തക്കേടുകളും സംശയങ്ങളും അവശേഷിക്കുന്നു. ഈഥർ എന്ന മാധ്യമത്തെ കാണാൻ പറ്റില്ല; തൊടാൻ പറ്റില്ല. മണത്തറിയാൻ പറ്റില്ല. ഇതുമാത്രമല്ല വേറെയും ഒരു പ്രശ്നം വന്നു.

ഒരു മാധ്യമത്തിലൂടെ തരംഗങ്ങൾ സഞ്ചരിക്കുമ്പോൾ തരംഗപ്രവാഹം മാധ്യമത്തിന്റെ കാഠിന്യത്തെ ആശ്രയിച്ചാണിരിക്കുന്നത്. ഉദാഹരണത്തിന് ശബ്ദം വായുവിൽ സഞ്ചരിക്കുന്നതിന്റെ മൂന്നിരട്ടി വേഗതയിൽ ഇരുമ്പിലൂടെ സഞ്ചരിക്കും. ഇനി പ്രകാശം ഈഥറിലൂടെ മൂന്ന് ലക്ഷം കിലോമീറ്റർ വേഗതയിൽ സഞ്ചരിക്കുന്നു എന്ന വസ്തുത പരിഗണിക്കുക.

അപ്പോൾ ഈഥറിന്റെ കാഠിന്യം എത്രയായിരിക്കും?

എന്നിട്ടും ആകാശഗോളങ്ങളെല്ലാം അതിലൂടെ നിർബാധം സഞ്ചരിക്കുന്നു. ഘർഷണം അടക്കം ഒരുതരം പ്രതിരോധവും അനുഭവപ്പെടുന്നില്ല.

ഇങ്ങനെയൊക്കെയുള്ള ഒരു 'സാധനം' ഉണ്ടായിരിക്കുമോ?

'ഇല്ല;' എന്നേ സാമാന്യബുദ്ധിയുള്ളവർക്ക് പറയാൻ പറ്റൂ. പക്ഷേ, ന്യൂട്ടൺ സാമാന്യബുദ്ധിക്കാരനല്ലല്ലോ? അതിബുദ്ധിക്കാരനല്ലേ? ന്യൂട്ടൺ മാത്രമല്ല, അക്കാലത്തെ എല്ലാ ശാസ്ത്രജ്ഞരും അതിബുദ്ധിക്കാരായിരുന്നല്ലോ?

അക്കാലത്ത് മാത്രമല്ല.

ഇക്കാലത്തും!

എന്തായാലും രണ്ട് ശാസ്ത്രജ്ഞർ വിചിത്രമായ ഈ വെല്ലുവിളിയെ നേരിടാൻ തന്നെ തീരുമാനിച്ചു.

ആൽബർട്ട് മൈക്കൽസൺ, എഡ്വേർഡ് മോർലി എന്നിവരായിരുന്നു ആ രണ്ടുപേർ. 1881 ലാണ് ഈ പരീക്ഷണം തുടങ്ങിയത്. രണ്ടുപേരും ഒഹയോവിലെ ക്ലീവ്‌ലാന്റ് എന്ന സ്ഥലത്തുണ്ടായിരുന്ന കെയിസ് സ്കൂൾ

ആൽബർട്ട് മൈക്കൽസൺ

ഓഫ് അപ്ലൈഡ് സയൻസ് എന്ന സ്ഥാപനത്തിലെ ശാസ്ത്രജ്ഞരായിരുന്നു.

വളരെ ലഘുവായ ഒരു സങ്കല്പത്തെ അടിസ്ഥാനമാക്കിയാണ് ഇവർ തങ്ങളുടെ പരീക്ഷണം ആസൂത്രണം ചെയ്തത്.

നിങ്ങൾ മണിക്കൂറിൽ അറുപത് കിലോമീറ്റർ വേഗതയിൽ ഒരു കാറിൽ സഞ്ചരിക്കുന്നു എന്ന് കരുതുക. നിങ്ങളുടെ കാറിന്റെ തൊട്ടുമുന്നിലായി മറ്റൊരു കാറുണ്ട് എന്ന് കരുതുക. ആ കാറിന് നിങ്ങളുടെ കാറിനേക്കാൾ അല്പംകൂടി വേഗതയുണ്ട്. അത് മണിക്കൂറിൽ എഴുപത് കിലോമീറ്റർ എന്നും വിചാരിക്കൂ.

എന്തു സംഭവിക്കും?

മുന്നിലുള്ള കാർ മണിക്കൂറിൽ പത്ത് കിലോമീറ്റർ വേഗതയിൽ നിങ്ങളിൽ നിന്ന് അകന്നുപോകും.

ശരിയല്ലേ?

ശരിയാണ്.

ഇനി രണ്ടാമത്തെ കാർ നിങ്ങൾക്ക് അഭിമുഖമായി എതിർദിശയിൽ വരികയാണെങ്കിലോ? ആ കാർ മണിക്കൂറിൽ 130 കിലോമീറ്റർ വേഗത്തിലായിരിക്കും നിങ്ങളെ സമീപിക്കുന്നത്. ആ കാർ നിങ്ങളുടെ കാറിനെ മറികടന്ന് നിങ്ങളുടെ എതിർ ദിക്കിലേക്ക് ഓടിച്ചുപോയാൽ എന്തുപറ്റും? മണിക്കൂറിൽ 130 കിലോമീറ്റർ വേഗതയിൽ രണ്ട് കാറുകളും തമ്മിൽ അകന്നുപോകും.

എന്തുകൊണ്ടാണ് ഈ വ്യത്യാസം വരുന്നത്?

ഉത്തരം ലളിതമാണ്. നിങ്ങളുടെ കാർ മണിക്കൂറിൽ അറുപത് കിലോമീറ്റർ വേഗതയിൽ സഞ്ചരിക്കുന്നു. നിങ്ങളും അതേ വേഗതയിൽ നീങ്ങുകയാണ്. ഇതിനെ അടിസ്ഥാനമാക്കിയാണ് മറ്റെല്ലാ വേഗതകളും നിങ്ങൾക്ക് അനുഭവപ്പെടുന്നത്.

ഇതായിരുന്നു മൈക്കൽസന്റെയും മോർലിയുടെയും പരീക്ഷണങ്ങളുടെ അടിസ്ഥാനം. കാറിന് പകരം അവർ ഭൂമിയെയും പ്രകാശ തരംഗത്തെയും എടുത്തു.

എഡ്വേർഡ് മോർലി

പ്രകാശത്തിന് സെക്കന്റിൽ മൂന്ന് ലക്ഷം കിലോമീറ്റർ വേഗതയുണ്ട്.

ഭൂമിക്കോ?

ഭൂമിക്ക് ഇരുപത്തിയൊൻപത് കിലോമീറ്ററും.

ഭൂമിയുടെ നേരെ വരുന്ന ഒരു പ്രകാശ കിരണത്തിന് എന്തു വേഗത അനുഭവപ്പെടും? പഴയ കാറിന്റെ ഉദാഹരണം നോക്കൂ. അതനുസരിച്ച് ഭൂമിക്ക് അഭിമുഖമായി വരുന്ന പ്രകാശകിരണം സെക്കന്റിൽ മൂന്ന് ലക്ഷത്തി ഇരുപത്തിയൊൻപത് കിലോമീറ്റർ വേഗതയിൽ വരുന്നതായി തോന്നണം.

ഇത് ശരിയാണോ എന്നായിരുന്നു പരീക്ഷണം.

ഭൂമിയുടെ ചലന ദിശയിലും അതിന് ലംബമായും പ്രകാശകിരണങ്ങൾ അയച്ചു. അവ ഒരേ ദൂരത്തുനിന്ന് പ്രതിഫലിച്ച് തിരികെ വരുന്നു. ഒരു വ്യതികരണമാപിനി ഉപയോഗിച്ച് ഈ പ്രതിഫലന കിരണങ്ങൾ ഉണ്ടാക്കുന്ന ഫേസ് മാറ്റങ്ങൾ പരിശോധിക്കുകയായിരുന്നു പരീക്ഷണം.

പരീക്ഷണത്തിന്റെ സാങ്കേതിക വിശദാംശങ്ങളിലേക്ക് പോകുന്നില്ല.

പരീക്ഷണഫലം പറയാം.

രണ്ട് കാറുകളുടെ വേഗതയുടെ കാര്യത്തിൽ പറഞ്ഞ കണക്കുകൾ പ്രകാശത്തിന്റെ വേഗതയുടെ കാര്യത്തിൽ ശരിയായില്ല.

പ്രകാശത്തിന് എപ്പോഴും ഒരേ വേഗതയാണ്.

നിങ്ങൾ നിശ്ചലമായി നിന്ന് അളന്നാൽ പ്രകാശവേഗത മൂന്നുലക്ഷം കിലോമീറ്റർപ്രതി സെക്കന്റ്. നിങ്ങൾ പ്രകാശം സഞ്ചരിക്കുന്ന അതേ ദിശയിലോ, എതിർദിശയിലോ സഞ്ചരിച്ചുകൊണ്ട് അളന്നാലും പ്രകാശത്തിന്റെ വേഗത സെക്കന്റിൽ മൂന്ന് ലക്ഷം കിലോമീറ്റർ തന്നെ.

പ്രകാശവേഗത എപ്പോഴും ഒന്നുതന്നെ.

അങ്ങനെയാണെങ്കിൽ പ്രകാശം ഈഥറിലൂടെ സഞ്ചരിക്കുന്നു എന്ന് കരുതാനാവില്ലല്ലോ? ഒരേ സ്ഥലത്തിൽ കൂടി സഞ്ചരിക്കുന്ന രണ്ട് വസ്തുക്കളുടെ ആപേക്ഷിക വേഗതയിൽ വ്യത്യാസം വരുമെന്ന് കാറുകളുടെ ഉദാഹരണത്തിൽ നാം കണ്ടതാണ്.

എന്താണ് ആപേക്ഷിക വേഗതയെന്ന് പറഞ്ഞാൽ?

നാമതേക്കുറിച്ച് വിശദമായി പിന്നീട് ചർച്ച ചെയ്യുന്നുണ്ട്. എന്നാലും ഇപ്പോൾ മനസ്സിലാക്കാൻ ചുരുക്കത്തിലൊന്ന് പറയാം.

ആദ്യം പറഞ്ഞ കാറിന്റെ കഥയിൽ നമ്മുടെ കാറിന്റെ വേഗത എത്രയായിരുന്നു.

അറുപത് കിലോമീറ്റർ പ്രതി മണിക്കൂർ.

കൃത്യമായും അങ്ങനെയാണോ?

ഭൂമിയിൽ നിന്ന് വളരെ ദൂരെ നിന്ന് ഒരാൾ നിങ്ങളുടെ കാറിനെ നിരീക്ഷിക്കുന്നു എന്ന് കരുതുക. ഭൂമി സെക്കന്റിൽ ഏകദേശം 29 കിലോമീറ്റർ വേഗതയിൽ സഞ്ചരിക്കുകയാണല്ലോ? അതായത് മണിക്കൂറിൽ ഒരു ലക്ഷത്തിനാലായിരത്തഞ്ഞൂറ്റി നാല്പത്തിനാലായിരം കിലോമീറ്റർ.

അപ്പോൾ ഈ നിരീക്ഷകന് നിങ്ങളുടെ കാറിന്റെ വേഗത എത്രയായി തോന്നും. ഒരുലക്ഷത്തി നാലായിരത്തി നൂറ്റിനാൽപത് കിലോമീറ്റർ പ്രതി മണിക്കൂർ.

യഥാർത്ഥത്തിൽ അതിന് മണിക്കൂറിൽ അറുപത് കിലോമീറ്റർ വേഗത മാത്രമേയുള്ളുവെന്ന് നമ്മൾ നേരത്തേ പറഞ്ഞു.

തെറ്റിച്ചല്ലോ?

എന്താണ് യഥാർത്ഥ വേഗത?

അങ്ങനെ യഥാർത്ഥ വേഗതയെന്നൊന്നില്ല.

ഭൂമി ചലിക്കാതെ, സ്ഥിരമായി നിലനില്ക്കുന്നു എന്ന് സങ്കല്പിച്ചു കൊണ്ട്, ഭൂമിയെ അപേക്ഷിച്ചുള്ള കാറിന്റെ വേഗതയാണ് മണിക്കൂറിൽ അറുപത് കിലോമീറ്റർ.

ഇനി രണ്ടാമത്തെ കാറിന്റെ വേഗത എത്രയായിരുന്നു എന്ന് നോക്കുക.

മണിക്കൂറിൽ എഴുപത് കിലോമീറ്റർ.

അത് നിശ്ചലാവസ്ഥയിലിരിക്കുന്നു എന്ന് കരുതുന്ന ഭൂമിയെ അപേക്ഷിച്ചുള്ള വേഗതയാണ്. നിങ്ങളുടെ കാറിനെ അപേക്ഷിച്ച് രണ്ടാമത്തെ കാറിന്റെ വേഗത എത്രയാണ്?

രണ്ട് കാറുകളും ഒരേ ദിശയിലായിരുന്നപ്പോൾ പത്ത് കിലോമീറ്റർ പ്രതി മണിക്കൂർ.

കാറുകൾ വിപരീത ദിശയിലായിരുന്നപ്പോൾ മണിക്കൂറിൽ 130 കിലോമീറ്റർ.

ഒന്നിനെ അപേക്ഷിച്ച് മറ്റൊന്നിന്റെ വേഗത പറയുമ്പോഴാണ് ആപേക്ഷിക വേഗത എന്ന് പ്രയോഗിക്കേണ്ടി വരുന്നത്.

ആപേക്ഷികതയെക്കുറിച്ച് വിശദമായി പിന്നീട് പറയുന്നുണ്ട്. പക്ഷേ ഇപ്പോൾ വേറൊരു കാര്യം പറയാം. രണ്ട് കാറുകളും ചലിക്കുന്ന ഘട്ടത്തിൽ അതിന്റെ വേഗത പറയാൻ മണിക്കൂറിൽ ഇത്ര കിലോമീറ്റർ എന്ന് മാത്രം പറഞ്ഞാൽ പോരാതെ വന്നില്ലേ?

പിന്നെയൊ?

കാറുകളുടെ ചലന ദിശകൂടി പറയേണ്ടിവന്നു. അങ്ങനെ ചലനദിശയും കൂടി ചേർത്ത് വേഗത (speed) പറയുന്നതിനെ ശാസ്ത്രത്തിന്റെ ഭാഷയിൽ പ്രവേഗം (velocity) എന്ന് വിളിക്കും.

ശരി; ഈ വഴിക്ക് നാം ഇനി മുന്നോട്ടുപോകുന്നില്ല. ഇതൊക്കെ നമ്മൾ സ്കൂളിലെ ശാസ്ത്രക്ലാസിൽ പഠിച്ചിട്ടുള്ളതാണ്.

നമുക്ക് മൈക്കൽസണും മോർലിയും ചേർന്ന് നടത്തിയ പരീക്ഷണത്തിലേക്ക് തിരിച്ചുവരാം. ഇതിനെ മൈക്കൽസൺ-മോർലി പരീക്ഷണം എന്നാണ് വിളിക്കുന്നത്.

1881 ൽ തുടങ്ങിയ പരീക്ഷണമാണെന്ന് നേരത്തേ പറഞ്ഞു. മൈക്കൽസൺ ആയിരുന്നു അത് തുടങ്ങിവച്ചത്. 1987 ലാണ് പരീക്ഷണം പൂർത്തിയായത്. അപ്പോ ഇത് മൈക്കൽസൺ-മോർലി പരീക്ഷണം ആയി മാറിക്കഴിഞ്ഞിരുന്നു.

1987 ലാണ് അന്തിമപരീക്ഷണം നടക്കുന്നത്. ഒരു തവണയല്ല; പല തവണ പരീക്ഷണം ആവർത്തിച്ചു.

എല്ലായ്പോഴും ഒരേ ഉത്തരം.

പ്രകാശവേഗത എല്ലായ്പോഴും തുല്യം.

അങ്ങനെ ശാസ്ത്രം ഒരു വലിയ പ്രതിസന്ധിയിൽ അകപ്പെട്ടു.

എന്തായിരുന്നു ആ പ്രതിസന്ധി?

ഈഥറിന്റെ സാന്നിദ്ധ്യം തെളിയിക്കാനാവില്ല അഥവ ഈഥർ ഉണ്ടോ ഇല്ലയോ എന്നതിന്റെ തെളിവല്ല ഈ പരീക്ഷണഫലം. വേറൊരു തരത്തിൽ പറഞ്ഞാൽ പ്രകാശത്തിന്റെ മേല്പറഞ്ഞ സ്വഭാവങ്ങൾ തെളിയിക്കാൻ ഈഥർ സങ്കല്പം ആവശ്യമില്ല എന്നുവന്നു. ഈഥറിന്റെ സാന്നിദ്ധ്യം തെളിയിക്കാൻ കഴിയുന്നില്ലെങ്കിൽ പ്രകാശം കണമോ തരംഗമോ എന്ന ചോദ്യം അവശേഷിക്കും. തരംഗമാണ് എന്ന് ഏതാണ്ട് പൊതു യോജിപ്പുണ്ടായി.

പക്ഷേ, എന്തിന്റെ തരംഗം.

ഒന്നിന്റേയുമല്ലാത്ത തരംഗം.

പ്രകാശം ഒന്നിന്റേയുമല്ലാത്ത തരംഗങ്ങളാണ് എന്നതിന്റെ തെളിവിനെ നേരിടേണ്ടിവന്നു ശാസ്ത്രജ്ഞർക്ക്.

ഒന്നിന്റേയും അല്ലാത്ത തരംഗം എന്ന് പറഞ്ഞാൽ അതിന് ഒരർത്ഥവുമില്ല.

നിരർത്ഥകമായ ഒരു വാക്യം.

അതുകൊണ്ട് തന്നെ അസ്വീകാര്യവും.

ഭൗതികശാസ്ത്രത്തിന്റെ അടിത്തറ ഇളക്കുന്ന ഒരു പരീക്ഷണമായാണ് പലരും മൈക്കൽസൺ-മോർലി പരീക്ഷണത്തെ കണക്കാക്കിയത്.

എങ്ങനെയിത് മറികടക്കും?

ജോർജ്ജ് ഫ്രാൻസിസ് ഫിറ്റ്സ്ജെറാൾഡ് എന്ന ഒരു ശാസ്ത്രജ്ഞനാണ് ഇതിനൊരു പരിഹാരം കണ്ടെത്തിയത്. അദ്ദേഹം കരുതിയത് ഈഥർ ഒരു യാഥാർത്ഥ്യമാണെന്ന് തന്നെയാണ്. 1851 മുതൽ 1901 വരെയാണ് ഫിറ്റ്സ്ജെറാൾഡിന്റെ ജീവിതം. വെറും അമ്പത് വയസ്സ് വരേയെ അദ്ദേഹം ജീവിച്ചിരുന്നുള്ളൂ.

അദ്ദേഹം ഒരു തലതിരിഞ്ഞ നിർദ്ദേശമാണ് മുന്നോട്ടുവച്ചത്. “ഈഥറിൽ കൂടിയുള്ള പ്രകാശത്തിന്റെ ആപേക്ഷിക ചലനത്തെ എപ്പോഴും മറയ്ക്കുന്ന വിധത്തിൽ പരിസ്ഥിതികൾ ഒത്തുകളിക്കും.”

ഇതായിരുന്നു സിദ്ധാന്തം.

മനസ്സിലായില്ല അല്ലേ?

പ്രകാശത്തിന്റെ പ്രവേഗമായിരുന്നല്ലോ മൈക്കൽസൺ-മോർലി പരീക്ഷണത്തിന്റെ വിഷയം. ഈഥറിലൂടെ പ്രകാശവും ഭൂമിയും സഞ്ചരിച്ചു. കാറിന്റെ കാര്യത്തിൽ കണ്ടതുപോലെ പ്രകാശത്തിന്റെ പ്രവേഗത്തിലും മാറ്റം വന്നിട്ടുണ്ടാകണം. പക്ഷേ, നമുക്കത് അളക്കാൻ കഴിയില്ല. കാരണം

പ്രകാശപ്രവേഗത്തിന്റെ വ്യതികരണങ്ങൾ അളക്കുന്ന ഒരു വ്യതികരണ മാപിനിയുണ്ടായിരുന്നല്ലോ? ഭൂമിയോടൊപ്പം അതും ചലിക്കുകയാണ്. അങ്ങനെ ചലിച്ചപ്പോൾ ഈ വ്യതികരണമാപിനിയുടെ നീളം അല്പം കുറഞ്ഞു.

അങ്ങനെ കുറയുമോ?

കുറയാൻ കാരണമെന്ത്?

ഫിറ്റ്സ്ജെറാൾഡ് പറഞ്ഞത് ചലിച്ചുകൊണ്ടിരിക്കുന്ന ഏത് വസ്തുവിന്റെയും നീളം അതിന്റെ ചലനദിശയിൽ കുറയും എന്നാണ്.

എന്താ കാരണം?

കാരണമൊന്നുമില്ല; അത് അങ്ങനെയാണ്.

വെറുതെ മുട്ടാത്തർക്കം; അല്ലേ?

അല്ല. സംഗതി സത്യമാണ്.

അതിന്റെ ശാസ്ത്രം വിശദീകരിക്കുന്നതിനുമുമ്പ് ഈ സങ്കോചം എങ്ങനെയാണ് നമ്മെ കബളിപ്പിക്കുന്നതെന്ന് പറയാം.

മൈക്കൽസൺ-മോർലി പരീക്ഷണത്തിൽ പ്രകാശപ്രവേഗം സ്ഥിരമായിരുന്നു എന്നാണല്ലോ കിട്ടിയത്. ഫിറ്റ്സ് ജെറാൾഡിന്റെ അഭിപ്രായത്തിൽ പ്രകാശത്തിന്റെ പ്രവേഗം അല്പം കുറഞ്ഞു. പക്ഷേ, വ്യതികരണമാപിനിയുടെ നീളവും കുറഞ്ഞു.

അളവ് ഉപകരണം ചെറുതായതുകൊണ്ട് അളക്കേണ്ട പ്രവേഗം കുറഞ്ഞത് അളക്കാനായില്ല. അത് മനസ്സിലാക്കാൻ വേറെ ഒരു ഉദാഹരണം പറയാം.

നിങ്ങൾ ഒരു രേഖാ ഖണ്ഡത്തിന്റെ നീളം അളക്കുന്നതെങ്ങനെയാണ്? ഒരു സ്കെയിൽ എടുത്ത് രേഖാ ഖണ്ഡത്തോട് ചേർത്തുവച്ചുകൊണ്ട് അതിന്റെ അങ്കനങ്ങൾ രേഖാഖണ്ഡത്തിന്റെ അഗ്രബിന്ദുക്കളുമായി ഒത്തുനോക്കും.

ഇനി വിചിത്രമായ ഒരു സംഗതി ഭാവനയിൽ കണ്ടുനോക്കൂ.

നിങ്ങൾ അളക്കാൻ പോകുന്ന രേഖാഖണ്ഡം പതിയെപ്പതിയെ ചെറുതായിക്കൊണ്ടിരിക്കുകയാണ്. നിങ്ങൾ ഒരു സ്കെയിൽ ഉപയോഗിച്ച് അത് അളക്കാൻ ശ്രമിക്കുന്നു. അളക്കുമ്പോൾ നിങ്ങളുടെ സ്കെയിൽ കൂടി ചെറുതാകാൻ തുടങ്ങിയാലോ?

വെറുതെ ചെറുതാകുകയല്ല.

ഒരു വ്യവസ്ഥയുണ്ട്.

രേഖാഖണ്ഡം ചെറുതാകുന്ന അതേ നിരക്കിലാണ് സ്കെയിലും ചെറുതാകുന്നത്!

എന്തൊരു വിചിത്രമായ അനുഭവം, അല്ലേ?

പത്ത് സെന്റീമീറ്റർ നീളമുള്ള രേഖാഖണ്ഡമാണ് നിങ്ങൾ അളക്കാൻ തുടങ്ങിയത്. അളവ് ആരംഭിച്ചപ്പോൾ അത് ഒമ്പത് സെന്റീമീറ്ററായി ചുരുങ്ങി എന്ന് വിചാരിക്കുക. അതേ നിരക്കിൽ നിങ്ങളുടെ സ്കയിലും ചുരുങ്ങി. നിങ്ങളുടെ സ്കെയിലിലെ ഓരോ സെന്റീമീറ്ററും ഒമ്പത് മില്ലീ

മീറ്റർ നീളമായി മാറി.

ഈ കണക്ക് മനസ്സിലായില്ലേ?

പത്ത് മില്ലീമീറ്ററാണ് ഒരു സെന്റീമീറ്റർ.

ചുരുങ്ങലിന്റെ ഭാഗമായി ഒരു സെന്റീമീറ്റർ ഒമ്പത് മില്ലീ മീറ്ററായി ചുരുങ്ങി. സ്കയിലിലെ അങ്കനങ്ങൾക്കൊന്നും മാറ്റമില്ലാത്തതുകൊണ്ട് ചുരുങ്ങൽ നാം അറിയുന്നില്ല. അങ്ങനെ സ്കെയിലിലെ പത്ത് സെന്റീ മീറ്ററും ഒമ്പത് സെന്റീമീറ്ററായി ചുരുങ്ങും. അങ്കനങ്ങളിൽ അത് പത്ത് സെന്റീമീറ്റർ എന്ന് കാണിക്കുകയും ചെയ്യും.

മനസ്സിലായില്ലേ?

ചുരുങ്ങിയാലും അളവിൽ രേഖാഖണ്ഡം പത്ത് സെന്റീമീറ്ററായിത്തന്നെ സ്കെയിലിൽ കാണപ്പെടും.

നീളം കുറഞ്ഞപ്പോൾ രശ്മി സഞ്ചരിച്ച ദൂരവും കുറഞ്ഞു. പക്ഷേ, അളക്കാനുപയോഗിച്ച വ്യതികരണ മാപിനിയുടെ വ്യാസവും കുറഞ്ഞു. അതുകൊണ്ട് ഈ കുറവ് നമുക്ക് അനുഭവപ്പെട്ടില്ല.

അതായത് ഈഥർ എന്ന ആദ്യന്തമില്ലാതെ പരന്നുകിടക്കുന്ന കേവല സ്ഥലവും അതിലൂടെ ചലിക്കുന്ന വസ്തുക്കളും ചേർന്ന് നമ്മുടെ അളവുകളെ തെറ്റിച്ച് കളയുന്നു.

ഇതൊരു മുട്ടാത്തർക്കമാണ് എന്ന് തോന്നുന്നുണ്ടോ?

വരട്ടെ.

ഇപ്പോൾ അങ്ങനെ തീരുമാനിക്കേണ്ട.

ഫിറ്റ്സ്ജെറാൾഡ് പറഞ്ഞ ഈ സങ്കോചത്തെ ഫിറ്റ്സ്ജെറാൾഡ് സങ്കോചം എന്നാണ് വിളിക്കുന്നത്.

ഫിറ്റ്സ് ജെറാൾഡ് സങ്കോചം ശരിയാണെന്ന് പിന്നീട് തെളിഞ്ഞു. അത് കുറച്ചുകാലം പിന്നിട്ടതിന് ശേഷമുള്ള കഥയാണ്.

അതിപ്പോൾ തന്നെ പറയാം.

അതിനുശേഷം നമ്മൾ തിരിച്ചുവരും.

3

ഫിറ്റ്സ്ജെറാൾഡ് സങ്കോചം മുതൽ പ്ലാങ്ക് സിദ്ധാന്തംവരെ

ഫിറ്റ്സ് ജെറാൾഡ് സങ്കോചം എന്താണെന്ന് കഴിഞ്ഞ അദ്ധ്യായത്തിൽ നമ്മൾ കണ്ടു. അതിന്റെ മറ്റൊരു ഉദാഹരണം പറയാം.

നിങ്ങൾ ഒരു തീവണ്ടിയിൽ സഞ്ചരിക്കുന്നു എന്ന് കരുതുക. തീവണ്ടിയുടെ വേഗത എത്രയായിരിക്കും? മണിക്കൂറിൽ നൂറ് കിലോമീറ്റർ. കൂടിയാൽ മണിക്കൂറിൽ ഇരുന്നൂറ് കിലോമീറ്റർ. സമീപത്തുള്ള മറ്റൊരു റയിൽ പാളത്തിലൂടെ മറ്റൊരു തീവണ്ടി നിങ്ങൾക്കെതിരെ അതേ വേഗത്തിൽ കടന്നുപോകുന്നു. നേരത്തേ നമ്മൾ കണ്ടതുപോലെ ആപേക്ഷിക വേഗത ഇരട്ടിയായി വർദ്ധിച്ചു.

നില്ക്കട്ടെ. അതല്ല നമ്മൾ ഇപ്പോൾ ചർച്ച ചെയ്യാൻ പോകുന്നത്. ഫിറ്റ്സ് ജെറാൾഡ് സങ്കോചമാണ് നമ്മുടെ വിഷയം.

ചലിക്കുന്ന വസ്തുവിന്റെ നീളം അതിന്റെ ചലനദിശയിൽ കുറയുന്നു. അപ്പോൾ നിങ്ങൾ സഞ്ചരിക്കുന്ന തീവണ്ടിയുടെ നീളം കുറയുമോ?

ഈ ചോദ്യത്തിൽ ഒരു കുഴപ്പം ഉണ്ട്. നിങ്ങൾ തീവണ്ടിയോടൊപ്പമാണ് ചലിക്കുന്നത്. അഥവാ ചലിക്കുന്ന തീവണ്ടിയെ അപേക്ഷിച്ച് നിങ്ങൾ നിശ്ചലരാണ്. തീവണ്ടിക്കും നിങ്ങൾക്കും ഒരേ പ്രവേഗം. ചലനം മൂലമുള്ള ഒരു മാറ്റവും അപ്പോൾ പ്രസക്തമേയല്ല.

എതിരേ വരുന്ന തീവണ്ടിയുടെ നീളം കുറയുമോ?

ഓരോ കമ്പാർട്ടുമെന്റിന്റേയും നീളം കുറയുമോ?

കുറയും. പക്ഷേ, നിങ്ങൾക്കത് കാണാനാവില്ല.

കാരണം, ഈ വേഗതയിൽ ഫിറ്റ്സ് ജെറാൾഡ് സങ്കോചം മൂലം കമ്പാർട്ടുമെന്റിന്റെ നീളത്തിനുണ്ടാകുന്ന കുറവ് ആകെ നീളത്തിന്റെ നൂറ് കോടിയിൽ ഒരംശമേ വരൂ.

ഈ കുറവ് നമുക്ക് കാണാനാവില്ല.

എന്നാൽ ഒരു തീവണ്ടി നിങ്ങളെ കടന്നുപോകുന്നത് സെക്കന്റിൽ ഒന്നരലക്ഷം കിലോമീറ്റർ വേഗതയിലാണെങ്കിലോ?

ഓ! എന്തൊരു വേഗത!

അതെ; ഇത് പ്രകാശത്തിന്റെ പകുതി വേഗതയാണ്. ഇത്രയും വേഗതയിലാണ് എതിരേ വരുന്ന തീവണ്ടി നിങ്ങളെ കടന്ന് പോകുന്നതെങ്കിൽ അതിന്റെ നീളം പതിനഞ്ച് ശതമാനം കുറഞ്ഞതായി നിങ്ങൾക്ക് തോന്നും. അതായത് തീവണ്ടിയുടെ ഓരോ കമ്പാർട്ടുമെന്റിനും 10 മീറ്റർ നീളമാണ് ഉള്ളതെങ്കിൽ അത് 8.5 മീറ്റർ ആയിത്തോന്നും.

തോന്നും എന്നല്ല പറയേണ്ടത്.

പിന്നെയോ?

യഥാർത്ഥത്തിൽ 15% നീളം കുറയും.

ഈ സങ്കല്പം ഇവിടെ അവസാനിപ്പിക്കരുത്. നിങ്ങളുടെ ഭാവനയിലെ തീവണ്ടിയുടെ വേഗത വർദ്ധിപ്പിക്കുക. ഇപ്പോഴത് സെക്കന്റിൽ 2,70,000 കിലോമീറ്റർ ആയി. സങ്കോചം കൃത്യമായി അനുഭവപ്പെടും. തീവണ്ടിയുടെ ഓരോ കമ്പാർട്ടുമെന്റിന്റേയും നീളം പകുതിയായി കുറയും.

പ്രകാശവേഗതയിൽ സഞ്ചരിച്ചാലോ?

തീവണ്ടിക്ക് നീളമില്ല.

അഥവാ നീളം പൂജ്യം മീറ്റർ.

അങ്ങനെ വരുമോ? അപ്പോൾ തീവണ്ടി ഇല്ലാതായിപ്പോവില്ലേ? രസകരമായ ഒരു സങ്കല്പം കൂടി വിചാരിച്ച് നോക്കൂ. തീവണ്ടികൾ പ്രകാശത്തിന്റെ വേഗതയേക്കാൾ കൂടിയ വേഗതയിൽ സഞ്ചരിക്കുന്നു. സെക്കന്റിൽ മൂന്ന് ലക്ഷത്തിലധികം കിലോമീറ്റർ സഞ്ചരിക്കുന്നു.

തീവണ്ടിയുടെ നീളം എങ്ങനെയാകും?

ഇതുവരെ പറഞ്ഞതുപോലെയാണെങ്കിൽ തീവണ്ടിയുടെ നീളം പൂജ്യത്തേക്കാൾ കുറവാകും. നീളം നെഗറ്റീവ് സംഖ്യ.

അസാദ്ധ്യം; അല്ലേ?

അതെ. അസാദ്ധ്യം.

ഒരു വസ്തുവിന്റെ നീളം പൂജ്യത്തേക്കാൾ കുറയുക സാദ്ധ്യമല്ല.

അപ്പോൾ ഫിറ്റ്സ് ജെറാൾഡ് സങ്കോചം തെറ്റാണോ?

അല്ല; ശരിയാണ്.

ഒരു പൊരുത്തക്കേട് ഉണ്ട്.

അതെ. രസകരമായ ഈ പൊരുത്തക്കേട്. ഈ പൊരുത്തക്കേട് വിശദീകരിച്ചത് ഐൻസ്റ്റൈൻ ആണ്. ഈ പ്രശ്നം പരിഹരിച്ചതും ഐൻസ്റ്റൈൻ ആണ്.

എങ്ങനെയെന്നോ?

അതിന്റെ ഉത്തരം ഇപ്പോൾ പറയില്ല. ഐൻസ്റ്റൈനെക്കുറിച്ചും അദ്ദേഹത്തിന്റെ ആപേക്ഷികതാ സിദ്ധാന്തത്തെക്കുറിച്ചും നമുക്ക് ധാരാളം പറയാനുണ്ട്. ആ സന്ദർഭത്തിൽ ഇത് വിശദീകരിക്കുന്നതാവും മനസ്സിലാക്കാൻ എളുപ്പം.

മാക്സ്പ്ലാങ്ക്

പക്ഷേ, ഈ സങ്കോചസിദ്ധാന്തത്തിനും രണ്ട് പരിമിതികളുണ്ട് എന്ന് പിന്നീട് കണ്ടു. ഒന്നാമത്തേത് ഈഥർ ഉണ്ടോ ഇല്ലയോ എന്ന് തെളിയിക്കാൻ ഇതിനാവുന്നില്ല എന്നത് തന്നെയായിരുന്നു.

എന്താ കാരണം?

ഈഥറിലൂടെ ചലിക്കുന്ന പ്രകാശതരംഗത്തിന്റെ വേഗതയിൽ വരുന്ന മാറ്റം എന്തുകൊണ്ട് കണ്ടെത്താനാവുന്നില്ല എന്ന് മാത്രമേ ഈ സിദ്ധാന്തം വിശദീകരിക്കുന്നുള്ളൂ.

ഈഥർ തന്നെ ഉണ്ടോ എന്ന് കണ്ടെത്താനായിരുന്നല്ലോ മൈക്കൽസൺ-മോർലി പരീക്ഷണം? അതിന്റ തുടർച്ചയായി വന്നതാണ് ഫിറ്റ്സ് ജെറാൾഡ് സങ്കോചം എന്ന തത്ത്വവും. പക്ഷേ, ഇപ്പോൾ തത്വം വഴിമാറിപ്പോയിരിക്കുന്നു.

പ്രശ്നം സങ്കീർണ്ണമായി.

പക്ഷേ, ഇന്ന് ഈ പ്രശ്നം അത്ര സങ്കീർണ്ണമല്ല.

കാരണം ഈ കാര്യവും ഐൻസ്റ്റൈൻ പരിഹരിച്ചു.

ഐൻസ്റ്റൈനിലേക്ക് നാമിപ്പോൾ പോകുന്നില്ല എന്ന് പറഞ്ഞല്ലോ?

പകരം വേറൊരു വഴിക്ക് പോകുകയാണ്.

അതിനൊരു കാരണമുണ്ട്. മുമ്പേ പറഞ്ഞ പ്രശ്നങ്ങൾ പരിഹരിക്കുന്നതിനുള്ള താക്കോൽ ഐൻസ്റ്റൈന് കിട്ടിയത് രണ്ട് തത്ത്വങ്ങളിൽ നിന്നാണ്.

ഒന്നാമത്തേത് നമ്മൾ ഇതുവരെ പറഞ്ഞ ഫിറ്റ്സ് ജെറാൾഡ് സങ്കോചം തന്നെ.

രണ്ടാമത്തേതോ?

രണ്ടാമത്തേത് മാക്സ്പ്ലാങ്കിന്റെ ക്വാണ്ടം സിദ്ധാന്തമാണ്. അതു കൂടി പറഞ്ഞെങ്കിലേ നമുക്ക് ഐൻസ്റ്റൈനിലേക്ക് പോകാനാവൂ.

മാക്സ് കാൾ ഏണസ്റ്റ് ലുദ്വിക് പ്ലാങ്ക് എന്നാണ് മാക്സ്പ്ലാങ്കിന്റെ മുഴുവൻ പേര്. അദ്ദേഹം ജർമ്മനിയിൽ നിന്നുള്ള ഒരു ഭൗതികശാസ്ത്രജ്ഞനാണ്. 1858 ലാണ് അദ്ദേഹത്തിന്റെ ജനനം. 1947 ൽ അന്തരിച്ചു.

എന്തായിരുന്നു പ്ലാങ്കിന്റെ കണ്ടുപിടിത്തം.

വസ്തുക്കളിൽ നിന്ന് പുറപ്പെടുന്ന വികിരണങ്ങളെക്കുറിച്ചായിരുന്നു അദ്ദേഹം പറഞ്ഞത്.

വികിരണങ്ങളെ ദ്രവ്യത്തോട് ഒന്ന് താരതമ്യപ്പെടുത്തി നോക്കൂ. ദ്രവ്യം സൂക്ഷ്മ കണങ്ങൾകൊണ്ടാണ് ഉണ്ടാക്കപ്പെട്ടിട്ടുള്ളത് എന്ന് നമുക്കറിയാം. ഓരോ കണവും വെവ്വേറെയാണ്. പക്ഷേ, ദ്രവ്യത്തിൽ കണ

ങ്ങൾ വെവ്വേറെയല്ല കാണപ്പെടുന്നത്. ഒറ്റ ദ്രവ്യമായാണ് അത് കാണപ്പെടുന്നത്.

അതായത് നിങ്ങളുടെ കൂട്ടുകാരിയുടെ കൈയിൽ ഒരു വളയുണ്ട് എന്ന് വിചാരിക്കുക.

അത് സ്വർണ്ണമോ വെള്ളിയോ ചെമ്പോ ആകാം. എന്തായാലും ആറ്റങ്ങൾകൊണ്ടാണ് നിർമ്മിക്കപ്പെട്ടിരിക്കുന്നത്. പക്ഷേ, നിങ്ങൾ സൂക്ഷിച്ച് തന്നെ നോക്കൂ. നിങ്ങൾക്ക് വളയിലെ അറ്റങ്ങൾ വേറെ വേറെ കാണാൻ പറ്റുന്നുണ്ടോ?

ഇല്ല. നിങ്ങൾ വളമാത്രമേ കാണുന്നുള്ളൂ.

കൂടി വന്നാൽ ആ വള നിർമ്മിക്കാൻ ഉപയോഗിച്ചിരിക്കുന്ന ലോഹത്തിന്റെ പേര് നിങ്ങൾക്ക് പറയാം. അല്ലാതെ ലോഹം നിർമ്മിക്കപ്പെട്ടിരിക്കുന്ന ആറ്റങ്ങളെ വേർതിരിച്ച് കാണാനാവില്ല.

ഇനി വികിരണങ്ങളെപ്പറ്റിയുള്ള പ്ലാങ്കിന്റെ വാദത്തിലേക്ക് വരാം. വെവ്വേറെയുള്ള ആറ്റങ്ങളെക്കൊണ്ട് നിർമ്മിക്കപ്പെട്ടിരിക്കുന്ന ദ്രവ്യത്തെപ്പോലെ വികിരണവും ചെറു ചെറു പാക്കറ്റുകളായാണ് നിലകൊള്ളുന്നത്. ദ്രവ്യം ഒറ്റവസ്തുവായി കാണപ്പെടുന്നത് പോലെയാണ് വികിരണവും പാക്കറ്റുകൾ വേറെ വേറെയായിക്കാണാതെ തുടർച്ചയായി കാണുന്നത്.

ഈ പാക്കറ്റുകൾക്ക് പ്ലാങ്ക് നല്കിയ പേര് ക്വാണ്ടം എന്നാണ്.

എന്താണ് ക്വാണ്ടം എന്ന് പറഞ്ഞാൽ?

അതൊരു ഗ്രീക്ക് പദമാണ്.

'എത്ര,' എന്നാണീ വാക്കിന്റെയർത്ഥം? അളവിനെക്കാണിക്കുന്ന ചോദ്യപദമാണല്ലോ 'എത്ര' എന്നത്. അതായത് വികിരണങ്ങൾ പുറത്ത് വരുന്നതും അവശോഷണം ചെയ്യപ്പെടുന്നതും ക്വാണ്ടങ്ങളായിട്ടാണ്.

ക്വാണ്ടം എന്നത് ഊർജ്ജത്തിന്റെ പൊതിയാണ്.

എല്ലാത്തരം വികിരണങ്ങളും ക്വാണ്ടങ്ങളായിട്ടാണ്. എല്ലാത്തരം വികിരണങ്ങൾക്കും ഒരേ ഊർജ്ജമാണോ ഉള്ളത്. അല്ല. ചുവപ്പ് പ്രകാശത്തിന് നീല പ്രകാശത്തെക്കാൾ ഊർജ്ജം കുറവാണ്. വയലറ്റിന് കൂടുതലും.

എന്തായാലും ഒരു കാര്യം ഉറപ്പ്.

അര ക്വാണ്ടം, കാൽ ക്വാണ്ടം ഇവയൊന്നും ഇല്ല. ഒരു പൊതിയാണ് മീഡിയം.

ശരി; ക്വാണ്ടത്തിലെ ഊർജ്ജം എല്ലാ വികിരണങ്ങളിലും ഒരുപോലെയായിരിക്കുമോ? ആവില്ലെന്ന് വ്യക്തമാണല്ലോ? കാരണം പലതരം വികിരണങ്ങൾ ഉണ്ടെന്നത് തന്നെ.

ശരി; ക്വാണ്ടത്തിലെ ഊർജ്ജം മാറുന്നത് എന്തടിസ്ഥാനത്തിലാണ്?

പ്ലാങ്ക് പറഞ്ഞു:

"വികിരണത്തിന്റെ തരംഗദൈർഘ്യത്തെ അടിസ്ഥാനമാക്കിയാണ് ക്വാണ്ടത്തിന്റെ ഊർജ്ജം മാറുന്നത്."

തരംഗദൈർഘ്യം എന്താണെന്ന് നമ്മൾ നേരത്തേ പറഞ്ഞിട്ടുണ്ട്.

തരംഗദൈർഘ്യം കൂടിയാൽ ഊർജ്ജം കൂടുമോ?

ഇല്ല, നേരേ മറിച്ചാണ്.

തരംഗദൈർഘ്യം കൂടിയാൽ ക്വാണ്ടത്തിലെ ഊർജ്ജം കുറയും. മറിച്ച് തരംഗദൈർഘ്യം കുറഞ്ഞാൽ ഊർജ്ജം കൂടും.

അതായത് തരംഗദൈർഘ്യവും ഊർജ്ജവും വിപരീതാനുപാതത്തിലാണ്.

തരംഗങ്ങളെക്കുറിച്ച് മറ്റൊരു കാര്യം നിങ്ങൾ സ്കൂളിൽ പഠിച്ചിട്ടുണ്ടാവും.

തരംഗദൈർഘ്യവും ആവൃത്തിയും (frequency)യും വിപരീതാനുപാതത്തിലാണ് എന്നതാണത്.

തരംഗദൈർഘ്യവും ഊർജ്ജവും വിപരീതാനുപാതത്തിൽ....

തരംഗദൈർഘ്യവും ആവൃത്തിയും വിപരീതാനുപാതത്തിൽ......

അപ്പോൾ ഊർജ്ജവും ആവൃത്തിയുമോ?

അവ നേരനുപാതത്തിലായിരിക്കും.

അതായത് ആവൃത്തി കൂടുമ്പോൾ ഊർജ്ജവും കൂടും. ആവൃത്തി കുറഞ്ഞാൽ ഊർജ്ജവും കുറയും.

ഇതിൽനിന്ന് പ്ലാങ്ക് തന്റെ പ്രസിദ്ധമായ പ്ലാങ്ക് സമവാക്യത്തിനു രൂപം നൽകി.

$E=hv$ എന്നാണ് ഈ സമവാക്യം.

ഇതിൽ E എന്നാൽ ഊർജ്ജം (Energy)ആണ്. വികിരണത്തിലെ ക്വാണ്ടത്തിന്റെ ഊർജ്ജം എത്രയാണ് എന്ന് കണ്ടെത്താനുള്ള സമവാക്യമാണിത്.

v ('നു' എന്ന് വായിക്കണം.) ഒരു ഗ്രീക്ക് അക്ഷരമാണ്. തരംഗത്തിന്റെ ആവൃത്തിയുടെ അടയാളമാണത്.

h ഇംഗ്ലീഷ് അക്ഷരം തന്നെ. ഇത് ഒരു ആനുപാതിക സ്ഥിരാങ്കമാണ്. അതായത് ആവൃത്തി (v)യെ h എന്ന സ്ഥിരാങ്കംകൊണ്ട് ഗുണിച്ചാൽ E എന്ന ഊർജ്ജം കിട്ടും.

h എല്ലാ വികിരണങ്ങൾക്കും ഒന്നുതന്നെയാണ്. അതുകൊണ്ട് അതിനെ സാർവ്വത്രിക സ്ഥിരാങ്കം (Universal Constant) എന്ന് പറയും.

എത്രയാണ് ഈ h?

കൃത്യമായ ഉത്തരം ഉണ്ട്.

6.62618×10^{-34} ജൂൾ/സെക്കന്റ്

ഇതാണ് h.

അതിന് പ്ലാങ്ക് സ്ഥിരാങ്കം എന്നും പേരുണ്ട്.

1900-ാമാണ്ടിലാണ് പ്ലാങ്ക് ഈ സമവാക്യം മുന്നോട്ടുവച്ചത്. ഇതുപയോഗിച്ച് വികിരണങ്ങളുടെ സ്വഭാവത്തെ വിശദീകരിക്കുവാൻ കഴിഞ്ഞു. ഒരർത്ഥത്തിൽ ഇത് മറ്റു ചില പ്രശ്നങ്ങൾക്കുകൂടി പരിഹാരമായി മാറി.

നമ്മൾ ഒരു വലിയ തർക്കത്തെക്കുറിച്ച് മുമ്പേ സൂചിപ്പിച്ചിരുന്നുവല്ലോ?

ഓർമ്മയുണ്ടോ ആ തർക്കം?

പ്രകാശം എന്തിന്റെ തരംഗമാണ്?

തരംഗം തന്നെയോ അതോ കണമോ?

പ്ലാങ്കിന്റെ നിർദ്ദേശം അതിനും ഒരു പരിധിവരെ പരിഹാരമുണ്ടാക്കി. പ്രകാശം ക്വാണ്ടങ്ങളാണ്.

പ്ലാങ്കിന്റെ സമീകരണം ഉപയോഗിച്ചാണ് ഐൻസ്റ്റൈൻ തന്റെ പ്രസിദ്ധമായ പ്രബന്ധങ്ങൾ തയ്യാറാക്കിയത്. അത് 1905 ലായിരുന്നു.

ഈ യുഗത്തിൽ ഭൗതികത്തിലെ രാജകുമാരൻ എന്ന സ്ഥാനം കാലം ഐൻസ്റ്റൈന് വേണ്ടി കാത്തുവച്ചിരിക്കുകയായിരുന്നല്ലോ?

ഐൻസ്റ്റൈനെ ഇതിലേക്ക് നയിച്ച മറ്റൊരു കണ്ടുപിടിത്തം കൂടിയുണ്ട്. അത് കുറച്ചുകാലം മുമ്പേ തന്നെ നടന്നിരുന്നു.

1860-ൽ ആയിരുന്നു അത്.

ജയിംസ് ക്ലാർക്ക് മാക്സ്‌വെൽ ആയിരുന്നു ഈ പഠനം നടത്തിയത്. യഥാർത്ഥത്തിൽ മാക്സ്‌വെല്ലിനെക്കുറിച്ച് നമ്മൾ നേരത്തേ പറയേണ്ടതായിരുന്നു. പ്ലാങ്കിനും ഫിറ്റ്സ്ജെറാൾഡിനും മുമ്പ്. മൈക്കൽസൺ മോർലി പരീക്ഷണത്തിനും മുമ്പ്.

പ്രകാശത്തെക്കുറിച്ച് തന്നെയുള്ള ഈ പഠനം തുടർന്നുവന്ന അനേകം പഠനങ്ങൾക്ക് കാരണമായി.

ജയിംസ് ക്ലാർക്ക് മാക്സ്‌വെൽ സ്കോട്ട്ലണ്ടുകാരനായിരുന്നു. 1831 മുതൽ 1879 വരെയായിരുന്നു അദ്ദേഹത്തിന്റെ ജീവിതകാലം.

സത്യത്തിൽ മാക്സ്‌വെൽ അതിനും മുമ്പുണ്ടായിരുന്ന മറ്റ് ചില പഠനങ്ങളുടെ തുടർച്ച തേടുകയായിരുന്നു.

അത് മനസ്സിലാകണമെങ്കിൽ നമ്മൾ മൈക്കൽ ഫാരഡേയിൽ നിന്ന് തുടങ്ങണം.

ഒരു വൈദ്യുത ചാർജ് അതിനുചുറ്റും ഒരു വൈദ്യുത ക്ഷേത്രം സൃഷ്ടിക്കുന്നു. ഒരു കാന്തം അതിന് ചുറ്റും ഒരു കാന്തികക്ഷേത്രം സൃഷ്ടിക്കുന്നു. രണ്ട് ക്ഷേത്രങ്ങൾ അടുത്തടുത്തുവന്നാൽ അവ തമ്മിൽ പ്രതിപ്രവർത്തിക്കും. ഇത് നിങ്ങൾ സ്കൂളിൽ പഠിച്ചിട്ടുള്ള സംഗതിയാണല്ലോ? ഇതിൽ ഒരു കാര്യം ശ്രദ്ധിക്കുക.

എന്താണ് പ്രതിപ്രവർത്തനം?

ഒന്നുകിൽ ആകർഷണം അല്ലെങ്കിൽ വികർഷണം.

സജാതീയ ചാർജുകൾ തമ്മിൽ വികർഷിക്കും. വിജാതീയ ചാർജുകൾ ആകർഷിക്കും.

രണ്ട് ചാർജുകൾ തമ്മിൽ പ്രതിപ്രവർത്തിക്കുന്നതെങ്ങനെ എന്ന് അന്വേഷിക്കുമ്പോഴാണ് ഫാരഡെ വൈദ്യുതകാന്തിക ക്ഷേത്രത്തിൽ എത്തുന്നത്.

ഫാരഡേയുടെ കണ്ടെത്തൽ അതിനുമുമ്പു തന്നെ നടന്നിരുന്നു. ഹാൻസ് ക്രിസ്റ്റ്യൻ എർസ്റ്റഡ് എന്ന മറ്റൊരു ശാസ്ത്രജ്ഞന്റെ പഠന

ത്തിന്റെ തുടർച്ചയായിരുന്നു. സത്യത്തിൽ എർസ്റ്റഡ് അത് ബോധപൂർവ്വം നടത്തിയ പരീക്ഷണമായിരുന്നില്ല.

ഒരു ക്ലാസ് റൂം പരീക്ഷണത്തിനിടയിൽ യാദൃച്ഛികമായി കണ്ടെത്തിയതാണ്.

എന്താണെന്നോ?

വൈദ്യുതി പ്രവഹിക്കുന്ന ഒരു കമ്പിയുടെ സമീപം വച്ച കാന്തസൂചിക്ക് വിഭ്രംശം ഉണ്ടാകുന്നതായി അദ്ദേഹം കണ്ടു.

എന്തുകൊണ്ടായിരിക്കുമത്?

ഒരു വൈദ്യുതപ്രവാഹം അതിന് ചുറ്റും ഒരു കാന്തികക്ഷേത്രം സൃഷ്ടിക്കുമെന്നും ഈ കാന്തികക്ഷേത്രമാണ് കാന്തസൂചിയെ ചലിപ്പിച്ചതെന്നും തുടർന്ന് നടത്തിയ പഠനത്തിലൂടെ അദ്ദേഹം സ്ഥാപിച്ചു.

ഇതിൽ നിന്നാണ് ഫാരഡേ തന്റെ പഠനങ്ങൾ വികസിപ്പിച്ചെടുത്തത്. വൈദ്യുതിയുടെ ഒഴുക്ക് കാന്തികക്ഷേത്രത്തെ സൃഷ്ടിക്കുമ്പോൾ തിരിച്ച് കാന്തികക്ഷേത്രം വൈദ്യുതിയെ സൃഷ്ടിക്കുമോ എന്നായിരുന്നു അദ്ദേഹത്തിന്റെ ചോദ്യം. അങ്ങനെയാണ് ഒരു കമ്പിച്ചുരുളിനുള്ളിൽ ചലിക്കുന്ന കാന്തം കമ്പിച്ചുരുളിൽ വൈദ്യുതി ഉല്പാദിപ്പിക്കും എന്ന് തെളിഞ്ഞത്.

ഇനിയാണ് മാക്സ് വെല്ലിലേക്ക് വരേണ്ടത്. ഒരു കമ്പിയിലൂടെ വൈദ്യുതി ഒഴുകുമ്പോൾ കമ്പിക്ക് ചുറ്റും ഒരു കാന്തികകേന്ദ്രം ഉണ്ടാകും. നേർധാര വൈദ്യുതി (DC) ആണ് ഒഴുകുന്നതെങ്കിൽ ഇങ്ങനെയുണ്ടാകുന്ന ചാർജ്ജുകൾ സമവേഗത്തിലാവും (Uniform Speed) ചലിക്കുക. അപ്പോൾ കമ്പിക്ക് ചുറ്റും ഉണ്ടാകുന്ന കാന്തികക്ഷേത്രത്തിന് വൈദ്യുതി പ്രവാഹവുമായി ബന്ധപ്പെട്ട് മാത്രമേ നിലനില്പ് ഉണ്ടായിരിക്കുകയുള്ളൂ. പ്രവാഹം അവസാനിച്ചാൽ ക്ഷേത്രവും അപ്രത്യക്ഷമാകുന്നു.

മാക്സ്‌വെല്ലിന്റെ സംശയം മറ്റൊന്നായിരുന്നു. ചാർജ്ജുകൾ ചലിക്കുന്നത് ത്വരണത്തോടെ ആണെങ്കിലോ? അപ്പോൾ ഉണ്ടാകുന്ന ക്ഷേത്രങ്ങളുടെ സ്വഭാവം എന്തായിരിക്കും?

വിചിത്രമായ ഒരു ഉത്തരം കിട്ടി.

ചാർജ്ജ് ത്വരണത്തോടെ ചലിക്കുന്നു. അവിടെ വൈദ്യുതക്ഷേത്രം ഉണ്ടാകുന്നു. ആ വൈദ്യുതക്ഷേത്രത്തിലെ വ്യതിയാനം മൂലം കാന്തികക്ഷേത്രം ഉണ്ടാകുന്നു.

തീർന്നില്ല.

ഈ കാന്തികക്ഷേത്രത്തിലെ വ്യതിയാനംമൂലം വീണ്ടും വൈദ്യുതക്ഷേത്രവും കാന്തികക്ഷേത്രവും ഉണ്ടാകും. അതായത് ചാർജ്ജിന്റെ ത്വരണം സ്വതന്ത്രമായ വൈദ്യുത കാന്തികക്ഷേത്രങ്ങളെ സൃഷ്ടിക്കും.

അത്ഭുതം തീർന്നില്ല.

ത്വരണത്തോടെ ചലിക്കുന്ന ചാർജ്ജിന്റെ ത്വരണം അവസാനിച്ചാലും ഈ പുതിയ ക്ഷേത്രങ്ങൾ നിലനില്ക്കും. അവ തരംഗങ്ങളായി സഞ്ചരിച്ചുകൊണ്ടിരിക്കും.

ഇതാണ് മാക്സ്വെൽ പറഞ്ഞത്. ഈ തരംഗങ്ങളെ വിദ്യുത് കാന്തിക വികിരണങ്ങൾ എന്ന് വിളിക്കുന്നു.

ഇനിയാണ് നമ്മൾ അത്ഭുതാവഹമമായ ഒരു സംഗതിയിലേക്ക് വരുന്നത്.

വൈദ്യുതകാന്തിക തരംഗങ്ങളുടെ പ്രവേഗം എന്തായിരിക്കുമെന്ന് കൂടി മാക്സ്വെൽ കണക്കാക്കി.

ഉത്തരമോ?

അതൊരത്ഭുതമായിരുന്നു.

വൈദ്യുകാന്തിക തരംഗങ്ങളുടെ പ്രവേഗം പ്രകാശത്തിന്റെ പ്രവേഗത്തിന് തുല്യമാണ്. അതായത് പ്രകാശവും ഒരു വിദ്യുത് കാന്തിക തരംഗമാണ്.

ഇനി പഴയ ചോദ്യം ഒന്നുകൂടി ചോദിക്കൂ.

പ്രകാശം തരംഗമോ കണമോ?

പ്രകാശം തരംഗമാണ്. വൈദ്യുതകാന്തിക തരംഗം.

പ്രകാശം കണവുമാണ്.

പ്ലാങ്ക് നിയമം അനുസരിക്കുന്ന ക്വാണ്ടങ്ങൾ.

അങ്ങനെ ശാസ്ത്രത്തിൽ പുതിയൊരത്ഭുതത്തിന് വഴി തുറന്നു. പ്രകാശം ഒരേ സമയം തരംഗവും കണവുമാണ്. ഇതാണത്ഭുതം ഈ അത്ഭുതങ്ങളുടെ തിരുമുഖത്തേക്കായിരുന്നു ഐൻസ്റ്റൈന്റെ എഴുന്നള്ളത്ത്. അതൊരു രാജകീയ വരവ് തന്നെയായിരുന്നു.

പക്ഷേ, ആ ഗാംഭീര്യം അംഗീകരിക്കുമ്പോഴും ഒരു കാര്യം നമ്മൾ അംഗീകരിക്കണം. ശാസ്ത്രം ഒരു തുടർച്ചയാണ്. നമ്മൾ തുടങ്ങിയത് ന്യൂട്ടണിൽ നിന്നാണ്. പിന്നെ ഹയ്ജൻസ്, തോമസ് യങ്, മൈക്കിൾ ഫാരഡേ.... ഇപ്പോഴിതാ മാക്സ്വെൽ.

ഈ പഠനങ്ങളുടെയെല്ലാം തുടർച്ചയായിട്ടാണ് ഐൻസ്റ്റൈന്റെ വരവ്. ഇന്നലെവരെയുള്ള പഠനങ്ങളുടെ തുടർച്ചയായി മാത്രമേ ഇന്നത്തെ ശാസ്ത്രത്തിന് നിലനില്പുള്ളൂ. അതിൽ നിന്നാണ് നാളത്തെ ശാസ്ത്രം ഉണ്ടാകുന്നത്.

ഇതാണ് തുടർച്ച.

അറിവിന്റെ മഹാപ്രവാഹം.

ഇപ്പോൾ നമ്മൾ നില്ക്കുന്നത് ഐൻസ്റ്റൈൻ രൂപംകൊടുത്ത ആപേക്ഷികതാ സിദ്ധാന്തത്തിന്റെ പടിവാതില്ക്കലാണ്. പ്രകാശം തന്നെയാണ് അവിടെ കേന്ദ്രകഥാപാത്രം.

അക്കഥ നമുക്ക് പറയാം.

ആവേശകരമായ ഒരു കഥയാണത്.

ഒരുപക്ഷേ ഇതാവാം കഥയുടെ ക്ലൈമാക്സ്. അതുകൊണ്ട് ക്ലൈമാക്സിലേക്ക് കടക്കുന്നതിന് മുമ്പ് ഇതുവരെ പറഞ്ഞ കഥയിൽ വിട്ടുപോയ ചില കഥാഭാഗങ്ങൾ കൂടി അറിയേണ്ടതുണ്ട്.

പ്രകാശത്തിന്റെ കഥയിൽ മാറ്റിവയ്ക്കരുതാത്ത ചില കഥകൾ. ഇന്ന്

വായിക്കുമ്പോൾ അവയ്ക്ക് അത്ര വലിയ പ്രാധാന്യമൊന്നും ഇല്ലെന്ന് തോന്നും.

പക്ഷേ, അവയും നാമറിയണം.

ഈ മഹാകഥയുടെ തുടക്കമാണത്.

അതുകൊണ്ട് ഇടയ്ക്കൊന്ന് നിർത്തി കുറച്ച് പഴങ്കഥകൾ പറഞ്ഞിട്ട് നമുക്ക് ഐൻസ്റ്റൈനിലേക്ക് വരാം.

എന്താ?

ശരി; തയ്യാറാവുക.

4

ഗലീലിയോയുടെ റാന്തൽവിളക്കും മൈക്കൽസണ്ണിന്റെ ശൂന്യക്കുഴലും

ഗലീലിയോ

പ്രകാശത്തിന്റെ പ്രവേഗം അളക്കാൻ ആദ്യം ശ്രമിച്ചത് ഗലീലിയോ ആണ്.

ഗലീലിയോവിനെ നിങ്ങൾക്കറിയാം.

പ്രപഞ്ചത്തിന്റെ കേന്ദ്രം ഭൂമിയല്ലെന്നും സൂര്യനും നക്ഷത്രങ്ങളും ഭൂമിയെ പ്രദക്ഷിണം വയ്ക്കുന്നില്ലെന്നും ദൂരദർശിനി ഉപയോഗിച്ച് തെളിയിച്ച ആ വേദപുസ്തക നിഷേധി തന്നെ.

1564 ഫെബ്രുവരി 15 ന് ജനിച്ച് 1642 ജനുവരി 8 വരെയായിരുന്നു അദ്ദേഹത്തിന്റെ ജീവിതം. യഥാർത്ഥത്തിൽ ഗലീലിയോവിന് പ്രകാശത്തിന്റെ പ്രവേഗത്തേക്കുറിച്ച് യാതൊരു ധാരണയും ഉണ്ടായിരുന്നില്ല. അത് കണ്ടെത്താൻ സങ്കീർണ്ണമായ ഒരു ഉപകരണവും അന്നുണ്ടായിരുന്നില്ല. അതുകൊണ്ട് വളരെ ലളിതമായ ഒരു പരീക്ഷണമാണ് പ്രകാശവേഗത അളക്കാനായി അദ്ദേഹം രൂപകല്പന ചെയ്തത്.

തികച്ചും ലളിതമായ ഒന്ന്!

പക്ഷേ, അതിസങ്കീർണ്ണമായ ഒരു ശാസ്ത്ര രഹസ്യം കണ്ടെത്താൻ ഇങ്ങനെയും ഒരു വഴി ആലോചിച്ച ആ അന്വേഷണ ബുദ്ധിയെ നമ്മൾ നമിക്കുക തന്നെ വേണം.

പരീക്ഷണം ഇതായിരുന്നു.

രണ്ട് റാന്തൽ വിളക്കുകളായിരുന്നു പരീക്ഷണ ഉപകരണങ്ങൾ. ഒരു വിളക്ക് ഗലീലിയോ കൈയിലെടുത്തു. കത്തിച്ച വിളക്കാണത്. നല്ല പ്രകാശമുണ്ട്. രണ്ടാമത്തെ വിളക്ക് അദ്ദേഹം തന്റെ സഹായിയെ ഏല്പിച്ചു. അതും കത്തിച്ച വിളക്കാണ്. അതിനുമുണ്ട് നല്ല പ്രകാശം. രണ്ട് വിളക്കുകളും ഒരു മൂടികൊണ്ട് അടച്ചുവച്ചു. ഇപ്പോൾ പ്രകാശം പുറത്ത് കാണുകയില്ല.

ഒരു ഇരുണ്ട രാത്രിയിലായിരുന്നു ആ പരീക്ഷണം. ഇറ്റലിയിലെ ഫ്ളോറൻസിനടുത്തുള്ള ഒരു കുന്നിൻ മുകളിലേക്ക് ഗലീലിയോ നടന്നു. ശിഷ്യനെ കുറച്ച് അകലെയുള്ള മറ്റൊരു കുന്നിൻമുകളിലേക്ക് അയച്ചു.

ഇനിയാണ് പരീക്ഷണം തുടങ്ങുന്നത്.

ഗലീലിയോ തന്റെ വിളക്കിന്റെ മൂടി എടുത്തു.

വിളക്ക് തെളിഞ്ഞു.

ഇപ്പോൾ അകലെയുള്ള കുന്നിൻ മുകളിൽ നില്ക്കുന്ന സഹായിക്ക് ഗലീലിയോവിന്റെ വിളക്കിൽ നിന്നുള്ള പ്രകാശം കാണാം. അയാൾ തന്റെ വിളക്കിന്റെയും മൂടി എടുത്തു. ഇപ്പോൾ ഗലീലിയോവിന് സഹായിയുടെ വിളക്കിൽ നിന്നുള്ള പ്രകാശം കാണാം.

ഗലീലിയോ താൻ വിളക്കിന്റെ മൂടി എടുത്തത് മുതൽ സഹായിയുടെ റാന്തലിൽ നിന്നുള്ള പ്രകാശം താൻ കണ്ടതുവരെയുള്ള സമയ ദൈർഘ്യം രേഖപ്പെടുത്തി.

ഈ സമയ ദൈർഘ്യം ഗലീലിയോ നിന്ന കുന്നിൻപുറം മുതൽ ശിഷ്യൻ നിന്ന കുന്നിൻപുറം വരെ പ്രകാശം സഞ്ചരിച്ചു തിരിച്ച് വരാനെടുത്ത സമയമാണല്ലോ?

പക്ഷേ, ഇതിൽ ഒരു പിശകുണ്ട്.

ഗലീലിയോവിന്റെ വിളക്കിൽ നിന്നുള്ള പ്രകാശം കണ്ടതിനുശേഷം ശിഷ്യൻ തന്റെ വിളക്കിന്റെ മൂടി എടുത്ത് മാറ്റാൻ അല്പസമയം എടുക്കുമല്ലോ? ഈ സമയവിളംബം ഒഴിവാക്കണം.

അതിനെന്താ വഴി?

ഗലീലിയോ സഹായിയെ ഇരട്ടി ദൂരത്തുള്ള മറ്റൊരു കുന്നിനുമുകളിലേക്ക് അയച്ചു.

പരീക്ഷണം ആവർത്തിച്ചു.

ശിഷ്യൻ റാന്തലിന്റെ മൂടി എടുത്ത് മാറ്റാനുള്ള സമയം രണ്ട് തവണയും ഏതാണ്ട് തുല്യമായിരിക്കുമല്ലോ? അങ്ങനെ വന്നാൽ രണ്ട് പരീക്ഷണങ്ങളിലും രേഖപ്പെടുത്തുന്ന സമയദൈർഘ്യങ്ങളുടെ വ്യത്യാസം സഹായി നിന്ന ഒന്നാമത്തെയും രണ്ടാമത്തെയും കുന്നുകൾക്കിടയിൽ ഉള്ള ദൂരം പ്രകാശം സഞ്ചരിക്കാനെടുത്ത സമയമാണ്. അതായത്

പ്രകാശം ഒന്നാമത്തെ കുന്നിൽനിന്ന് രണ്ടാമത്തെ കുന്നിലെത്തി തിരിച്ചു വരാനുള്ള സമയം. ഇനി കുന്നുകൾക്കിടയിലുള്ള ദൂരം അറിയാമെങ്കിൽ പ്രകാശവേഗത കണ്ടെത്താം.

ഗലീലിയോ എല്ലാ കണക്കുകൂട്ടലുകളും പൂർത്തിയാക്കി.

പക്ഷേ, ഒരു ഉത്തരവും കിട്ടിയില്ല.

ഇത്രയും ദൂരം പ്രകാശം സഞ്ചരിക്കാനെടുത്ത സമയം പൂജ്യമോ അതിൽ കുറവോ ആകാം.

സമയം ആവശ്യമില്ലെന്നോ?

പരീക്ഷണം പരാജയപ്പെട്ടുവെന്ന് ഗലീലിയോവിന് മനസ്സിലായി.

എന്തായിരിക്കും പരീക്ഷണം പരാജയപ്പെടാനുള്ള കാരണം?

ഇന്ന് നമുക്കതിന്റെ കാരണമറിയാം.

എന്താണ്?

പ്രകാശം ഒരു സെക്കന്റിൽ 299792.458 കിലോമീറ്റർ സഞ്ചരിക്കും. ഗലീലിയോവിന്റെ കാലത്ത് മൈൽ ആയാണ് ദൂരം പറഞ്ഞിരുന്നത്. ഏകദേശം 186000 മൈൽ. അപ്പോൾ പ്രകാശത്തിന് റാന്തൽ വിളക്കിൽനിന്നുള്ള പ്രകാശം കാണാവുന്ന അത്രയും ദൂരം സഞ്ചരിക്കാൻ എടുക്കുന്ന സമയം അളക്കണമെങ്കിൽ ഒരു സെക്കന്റിന്റെ ഒരു ലക്ഷത്തിലൊരു ഭാഗം സമയത്തെ കണക്കാക്കാൻ പറ്റുന്ന ഘടികാരം വേണം. നഗ്നനേത്രങ്ങൾകൊണ്ട് ഈ സമയ വ്യത്യാസം അളക്കാൻ പറ്റില്ല. അതുകൊണ്ടാണ് ഗലീലിയോവിന്റെ റാന്തൽ വിളക്ക് പരീക്ഷണം പരാജയപ്പെട്ടത്.

കാര്യം ഇങ്ങനെയാണെങ്കിലും പ്രകാശവേഗത കണ്ടെത്താൻ പില്കാല ശാസ്ത്രജ്ഞരെ സഹായിച്ചത് ഗലീലിയോവിന്റെ ചില കണ്ടെത്തലുകൾ തന്നെയായിരുന്നു.

ഗലീലിയോ ആണ് വ്യാഴത്തിന്റെ 4 ഉപഗ്രഹങ്ങളെ കണ്ടെത്തിയത്.

1676 ൽ ഡാനിഷ് ജ്യോതിശാസ്ത്രജ്ഞനായ ഔലസ് റോമർ വ്യാഴത്തിന്റെ ഉപഗ്രഹങ്ങളെ നിരീക്ഷിക്കുമ്പോൾ ചില കണ്ടെത്തലുകൾ നടത്തി.

ഉപഗ്രഹങ്ങൾ ചിലപ്പോഴൊക്കെ വ്യാഴത്തിന്റെ നിഴലിൽപ്പെട്ട് കാണാതാകും. അതായത് അവയ്ക്ക് ഗ്രഹണം സംഭവിക്കും. ഉപഗ്രഹം ഗ്രഹണത്തിൽപ്പെട്ട് കാണാതാകുന്ന സമയ ദൈർഘ്യമുണ്ടല്ലോ, അതായത് ഉപഗ്രഹങ്ങൾ വ്യാഴത്തിന്റെ നിഴലിലായിരിക്കുന്ന അവസ്ഥ? ഇതിനു വേണ്ടിവരുന്ന സമയം എല്ലാ ഗ്രഹണ വേളകളിലും തുല്യമായിരിക്കുകയില്ല.

ഗ്രഹണ ദൈർഘ്യം കൂടിയും കുറഞ്ഞും വരുന്നു.

എന്തായിരിക്കും കാരണം?

റോമർ ഒരു കാര്യം കണ്ടെത്തി.

വ്യാഴവും ഭൂമിയും തമ്മിലുള്ള അകലം എപ്പോഴും തുല്യമല്ലല്ലോ?

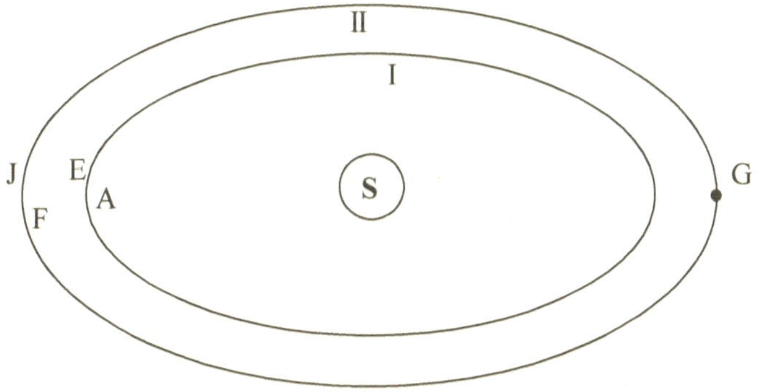

രണ്ടും സൂര്യനെ പ്രദക്ഷിണം വയ്ക്കുകയല്ലേ? വ്യാഴവും ഭൂമിയും തമ്മിലുള്ള ദൂരം ഏറ്റവും കൂടിയിരിക്കുമ്പോൾ ഉപഗ്രഹ ഗ്രഹണം സംഭവിച്ചാൽ അവ കൂടുതൽ സമയം അപ്രത്യക്ഷമാകും. വ്യാഴവും ഭൂമിയും ആപേക്ഷികമായി അടുത്ത് വരുമ്പോൾ ഉണ്ടാകുന്ന ഗ്രഹണത്തിന്റെ സമയ ദൈർഘ്യം കുറവായിരിക്കും.

s(sun) എന്നത് സൂര്യനും I ഭൂമിയുടെ ഭ്രമണപഥവും II വ്യാഴത്തിന്റെ ഭ്രമണപഥവും എന്ന് കരുതുക. E ഭൂമി (Earth)യും J വ്യാഴ (Jupiter)വുമാണ്. ഭൂമി A യിലും വ്യാഴം F ലും ആണെങ്കിൽ അവ താരതമ്യേന അടുത്താണ്. ഭൂമി A യിലും വ്യാഴം G യിലും ആണെങ്കിലോ? അകലം കൂടി. ഭൂമിയും വ്യാഴവും വ്യത്യസ്ത സ്ഥാനത്തിൽ വരുമ്പോൾ അവ തമ്മിലുള്ള അകലത്തിൽ വ്യത്യാസം വരുന്നുണ്ടെന്ന് മേൽചിത്രത്തിൽ നിന്ന് മനസ്സിലാക്കാം.

എന്തുകൊണ്ടായിരിക്കാം ഇങ്ങനെ?

യഥാർത്ഥത്തിൽ എല്ലാ ഗ്രഹണങ്ങൾക്കും വേണ്ടിവരുന്ന സമയ ദൈർഘ്യം തുല്യമാകാതെ തരമില്ലല്ലോ!

റോമർ പറഞ്ഞു.

അത് പ്രകാശം വ്യാഴത്തിൽ നിന്ന് ഭൂമിയിൽ എത്താനുള്ള സമയത്തിൽ വരുന്ന മാറ്റമാണ്. വ്യാഴം ഭൂമിയിൽനിന്ന് കൂടുതൽ അകലെയായിരിക്കുമ്പോൾ ഉപഗ്രഹങ്ങൾ വ്യാഴത്തിന്റെ നിഴലിൽനിന്ന് പുറത്ത് വന്നാലും അവിടെനിന്നുള്ള പ്രകാശം ഭൂമിയിൽ എത്താൻ കൂടുതൽ സമയം എടുക്കുന്നു.

ഇതുപയോഗിച്ച് പ്രകാശത്തിന്റെ പ്രവേഗം അളക്കാമോ?

അളക്കാം.

എന്തെല്ലാം ഘടകങ്ങൾ കണക്കിലെടുക്കണം?

വ്യാഴം ഭൂമിയിൽ നിന്ന് അടുത്തും അകലെയുമായിരിക്കുമ്പോൾ അവ തമ്മിൽ ഉള്ള അകലം എത്ര?

ഈ സമയങ്ങളിൽ സംഭവിക്കുന്ന ഗ്രഹണങ്ങളുടെ സമയ ദൈർഘ്യ

മെന്റ് എന്നീ രണ്ട് സംഖ്യകൾ വേണം. ഇവയെല്ലാം ഉപയോഗിച്ച് അന്നത്തെ പരിമിതമായ അറിവുകളും വച്ച് റോമർ പ്രകാശത്തിന്റെ പ്രവേഗം കണ്ടെത്തി. അദ്ദേഹത്തിന് കിട്ടിയ ഉത്തരം പ്രകാശം സെക്കന്റിൽ 185000 മൈൽ സഞ്ചരിക്കും എന്നായിരുന്നു. ഇത് കിലോമീറ്ററിൽ പറഞ്ഞാൽ 297728.64 കിലോമീറ്റർ.

ആധുനിക യന്ത്രസംവിധാനങ്ങൾകൊണ്ട് നാം കണക്കുകൂട്ടിയതിൽ നിന്ന് ചെറിയൊരു കുറവേ ഇതിനുള്ളൂ എന്ന് കാണാം.

പക്ഷേ, ഈ കണ്ടുപിടുത്തം അംഗീകരിക്കാൻ അന്ന് ആരും തയ്യാറായിരുന്നില്ല. കാരണം, ഇത്രയും ഉയർന്ന വേഗതയിൽ പ്രകാശം സഞ്ചരിക്കുമെന്ന് അവർക്ക് ഊഹിക്കാൻപോലും ആകുമായിരുന്നില്ല.

പാവങ്ങൾ; അല്ലേ?

റോമർക്ക് ശേഷം പിന്നീട് പ്രകാശത്തിന്റെ വേഗതയെക്കുറിച്ച് അന്വേഷണം നടത്തിയത് ബ്രിട്ടീഷ് ജ്യോതിശാസ്ത്രജ്ഞനായ ജയിംസ് ബ്രാഡ്‌ലിയായിരുന്നു. 1693 മുതൽ 1762 വരെയായിരുന്നു ബ്രാഡ്‌ലിയുടെ ജീവിതകാലം. 1762 ജൂലൈ 13 ന് അദ്ദേഹം നിര്യാതനായി. ഏതാണ്ട് 1720-30 കാലത്താണ് അദ്ദേഹം പ്രകാശവേഗതയെക്കുറിച്ചുള്ള പഠനം നടത്തിയത്.

ജയിംസ് ബ്രാഡ്‌ലി

ഒരിക്കൽ ബ്രാഡ്‌ലി തെംസ് നദിയിലൂടെ ഒരു ബോട്ടിൽ സഞ്ചരിക്കുകയായിരുന്നു. ബോട്ട് ഇടയ്ക്കൊന്ന് വെട്ടിത്തിരിഞ്ഞപ്പോൾ ബോട്ടിന് മുകളിൽ ഉറപ്പിച്ചിരുന്ന കൊടിമരത്തിലെ കൊടി ഒന്ന് പറന്നുകളിച്ചു.

ബോട്ടിന്റെ സഞ്ചാരദിശയിൽ നിന്ന് അല്പം വ്യത്യസ്തമായ ദിശയിലേക്കാണ് ഈ കൊടി പറന്നത്. ഇതൊരു സാധാരണ സംഭവം മാത്രമാണ്. ബ്രാഡ്‌ലി ഇത് ശ്രദ്ധിച്ചു. ബോട്ട് ഒന്ന് വെട്ടിത്തിരിയുകയേ ചെയ്തിട്ടുള്ളൂ. കാറ്റിന്റെ ശക്തിയ്ക്കോ ദിശയ്ക്കോ മാറ്റം വന്നിട്ടില്ല.

ബോട്ട് സ്ഥിരമായി വട്ടം കറങ്ങുകയാണെങ്കിൽ എന്തു സംഭവിക്കും?

കൊടി പറക്കുന്നതിലും ആ വ്യത്യാസം അനുഭവപ്പെടും.

ബ്രാഡ്‌ലി ജ്യോതിശാസ്ത്രജ്ഞനാണെന്നോർക്കണം. താൻ കണ്ട ഈ ചെറിയ പ്രതിഭാസത്തെ അദ്ദേഹം ജ്യോതിശാസ്ത്രവുമായി ബന്ധിപ്പിച്ചു. ഭൂമി സൂര്യന് ചുറ്റും സ്ഥിരമായി പ്രദക്ഷിണം വയ്ക്കുകയാണല്ലോ? സൂര്യനിൽ നിന്ന് തുടർച്ചയായി പ്രകാശ കിരണങ്ങൾ ഭൂമിയിൽ പതിക്കുന്നുണ്ട്. ബോട്ടിലെ കൊടിക്കുണ്ടായ ചരിവ് പോലെയുള്ള ഒരു ചരിവ് സൂര്യകിരണങ്ങൾ ഭൂമിയിൽ പതിക്കുന്ന കോണിനും ഉണ്ടാകാം എന്ന് ബ്രാഡ്‌ലി കണക്കാക്കി.

അതായത് ഭൂമിയിലേക്ക് സൂര്യപ്രകാശം അല്പം ചരിഞ്ഞാണ് പതിക്കുന്നത്! അതിന്റെ കാരണം ഭൂമിയുടെ ഭ്രമണമാണ്. ഈ ചരിവ് കണക്കാക്കാനദ്ദേഹം ശ്രമിച്ചുനോക്കി. മാർച്ച് മാസത്തിലും ഡിസംബർ മാസത്തിലും സൂര്യനെ അപേക്ഷിച്ച് ഭൂമിയുടെ സ്ഥാനം മാറുന്നതുകൊണ്ട് ഈ ചരിവ് ഉണ്ടാക്കുന്ന കോണളവുകളിൽ വ്യത്യാസം വരാം എന്ന് അദ്ദേഹം ചിന്തിച്ചു.

അല്പം സങ്കീർണ്ണമായ കണക്കുകളാണത്.

പക്ഷേ, ആ വഴിക്കുള്ള കണക്ക് കൂട്ടലുകൾ അദ്ദേഹത്തെ മറ്റൊരു നിഗമനത്തിലേക്ക് നയിച്ചു. പ്രകാശകിരണങ്ങൾ ഭൂമിയിൽ പതിക്കുമ്പോഴുണ്ടാകുന്ന ആ വ്യത്യസ്ത കോണളവുകളെ ഭൂമിയുടെയും പ്രകാശത്തിന്റെയും വേഗതയുമായി അദ്ദേഹം ബന്ധിപ്പിച്ചുനോക്കി. ഭൂമിയുടെ വേഗത അറിയാം. അതിൽനിന്ന് അദ്ദേഹം പ്രകാശത്തിന്റെ പ്രവേഗം ഗണിച്ചെടുത്തു.

ബ്രാഡ്‌ലിക്ക് കിട്ടിയ ഉത്തരവും റോമർക്ക് കിട്ടിയ ഉത്തരവും ഏകദേശം തുല്യമായിരുന്നു.

പിന്നീട് വന്നത് ആർമന്ദ് ഹിപ്പൊലൈത് ലൂയി ഫിസൊ ആണ്. 1849 ൽ. ഒരു ഫ്രഞ്ച് ഭൗതിക ശാസ്ത്രജ്ഞൻ. അദ്ദേഹം ഗലീലിയോവിന്റെ പഴയ രീതി അല്പം പരിഷ്കരിച്ച് ഒന്ന് പ്രയോഗിച്ചു നോക്കി.

ഒരു നീണ്ട ഇരുമ്പ് ദണ്ഡിന്റെ രണ്ടറ്റങ്ങളിലും രണ്ട് പൽചക്രങ്ങൾ. പൽചക്രങ്ങൾ ചേർത്ത് വച്ചാൽ ഒന്നിന്റെ വിടവുകളെ രണ്ടാമത്തേതിന്റെ പല്ലുകൾ പൂർണ്ണമായും അടയ്ക്കും. പക്ഷേ, അവ ചേർത്തല്ല ഉറപ്പിച്ചിട്ടുള്ളത്. ഒന്നാമത്തെ ചക്രത്തിന്റെ വിടവുകളിലൂടെ പ്രകാശരശ്മി അയയ്ക്കുന്നു. അത് രണ്ടാമത്തെ പൽചക്രത്തിലൂടെ പുറത്തുവരുന്നു. നാല് കണ്ണാടികൾ ഉചിതമായ രീതിയിൽ ക്രമീകരിച്ച് പൽചക്രങ്ങൾക്കിടയിൽ പ്രകാശം സഞ്ചരിക്കുന്ന ദൂരം വർദ്ധിപ്പിക്കാം. ഒരു ഇലക്ട്രിക് മോട്ടോർ ഉപയോഗിച്ച് ചക്രങ്ങൾ ഉറപ്പിച്ച ദണ്ഡ് അതിവേഗം കറക്കി. രണ്ട് ചക്രങ്ങളും അതിവേഗം കറങ്ങിക്കൊണ്ടിരുന്നു.

പ്രകാശ കിരണം ആദ്യത്തെ പൽചക്രം കടന്ന് രണ്ടാമത്തെ ചക്രത്തിന്റെ വിടവിലൂടെ പുറത്തുവന്നു. പൽചക്രങ്ങളുടെ സവിശേഷത നേരത്തേ പറഞ്ഞു. ഒന്നാമത്തേതിന്റെ വിടവിനെ രണ്ടാമത്തേതിന്റെ പല്ല് അടയ്ക്കും.

അപ്പോൾ പ്രകാശകിരണം ഒന്നാമത്തെ പൽചക്രം കടന്ന് രണ്ടാമത്തെ ചക്രത്തിലെത്തുമ്പോൾ അവിടെയുള്ള പല്ല് കറങ്ങിമാറിയിരിക്കണം. എങ്കിലേ പ്രകാശത്തിന് അപ്പുറം കടക്കാൻ പറ്റൂ.

രണ്ട് ചക്രങ്ങൾക്കും ഒരേ മാതിരിയുള്ള അമ്പത് പല്ലുകൾ ആണ് ഉണ്ടായിരുന്നത്. അതായത് പ്രകാശകിരണം ഒന്നാമത്തെ ചക്രത്തിലെത്തുമ്പോഴേക്കും രണ്ടുചക്രവും മൊത്തം വൃത്തപരിധിയുടെ 1/100 ഭാഗം സഞ്ചരിച്ചിരിക്കണം. അതായത് ചക്രം ഒരു തവണ കറങ്ങാൻ വേണ്ടതിന്റെ നൂറിലൊന്ന് സമയംകൊണ്ടാണ് പ്രകാശം ഒന്നാമത്തെ ചക്ര

ത്തിൽനിന്ന് രണ്ടാമത്തെ ചക്രത്തിലെത്തിയതെന്ന് കാണാം. ഇനി ചക്രങ്ങൾ തമ്മിലുള്ള അകലം അറിയാമെങ്കിൽ പ്രകാശവേഗത കിട്ടുമല്ലോ?

ഈ കണക്കു കൂട്ടലിൽനിന്ന് ഫിസോയ്ക്ക് പ്രകാശവേഗം കിട്ടി. അദ്ദേഹത്തിന്റെ ഉത്തരം സെക്കന്റിൽ 1, 87,000 മൈൽ എന്നായിരുന്നു.

ഫിസോ കുറേക്കൂടി കൃത്യമായ ഉത്തരത്തിലേക്ക് വന്നു എന്നർത്ഥം. യഥാർത്ഥത്തിൽ ഈ ഉപകരണത്തിന്റെ ആവിഷ്കർത്താവ് ഴാൻ ഫൂക്കോ എന്ന ശാസ്ത്രജ്ഞനായിരുന്നു. ഇദ്ദേഹവും ഒരു ഫ്രഞ്ച്കാരൻ തന്നെ. 1819 മുതൽ 1868 വരെയായിരുന്നു അദ്ദേഹത്തിന്റെ ജീവിതകാലം. അതുകൊണ്ട് ഈ പരീക്ഷണത്തെ ഫിസോ-ഫൂക്കോ പരീക്ഷണം എന്ന് വിളിക്കാറുണ്ട്.

1879 മുതൽ മൈക്കൽസൺ ഇതേ പരീക്ഷണം തുടർന്നു.

മൈക്കൽസൺ നേരത്തേ പരാമർശിക്കപ്പെട്ടിട്ടുണ്ട്. മൈക്കൽസൺ -മോർലി പരീക്ഷണത്തിൽ ഭാഗഭാക്കായ അതേ ആൽബർട്ട് മൈക്കൽസൺ തന്നെ.

അദ്ദേഹം എന്താണ് ചെയ്തത്?

പ്രകാശവേഗതയളക്കാൻ നിരവധി പരീക്ഷണങ്ങൾ അദ്ദേഹം ചെയ്തുനോക്കി. രണ്ട് കുന്നുകളിൽ സ്ഥാപിച്ച കണ്ണാടികൾ ഉപയോഗിച്ചു വായുവിലെ പ്രകാശവേഗത അളക്കാനുള്ള പ്രവർത്തനമാണ് അദ്ദേഹം തുടക്കത്തിൽ നടത്തിയത്.

ആ ചരിത്രം മുഴുവൻ വിസ്തരിക്കുന്നില്ല.

വിവിധങ്ങളായ പ്രവർത്തനങ്ങൾക്ക് ശേഷം അദ്ദേഹം ശൂന്യതയിലെ പ്രകാശ വേഗം അളക്കാൻ ശ്രമിച്ചു. ഉപകരണം ഫിസോ പരീക്ഷണത്തിന്റേത് തന്നെ. പ്രകാശം കടന്നുപോകുന്നത് ഒരു ശൂന്യമായ കുഴലിലൂടെയായിരിക്കുമെന്ന് മാത്രം. പരീക്ഷണത്തിൽ അദ്ദേഹത്തിന് കിട്ടിയ ഉത്തരം ഒരു സെക്കന്റിൽ 186284 നാഴിക എന്നായിരുന്നു. 299800 കിലോമീറ്റർ.

ന്യൂട്ടന്റെ ആപ്പിളും ബ്രാഡ്ലിയുടെ ബോട്ടും

തികച്ചും യാദൃച്ഛികമായ ചില സംഭവങ്ങൾ വലിയ കണ്ടുപിടിത്തങ്ങൾക്ക് വഴിമരുന്നിടുന്നതിന് ശാസ്ത്രചരിത്രത്തിൽ നിരവധി ഉദാഹരണങ്ങൾ ഉണ്ട്. ന്യൂട്ടന്റെ തലയിൽ ആപ്പിൾ വീണത് അത്തരമൊരു സംഭവമാണ്. ഇതിന് സമാനമായ ഒന്നാണ് ബ്രാഡ്ലിയുടെ ബോട്ടുയാത്ര. ന്യൂട്ടൺ ഗുരുത്വാകർഷണത്തെക്കുറിച്ചും ബ്രാഡ്ലി പ്രകാശത്തെക്കുറിച്ചും ചിന്തിക്കുന്ന കാലത്താണ് യഥാക്രമം ആപ്പിൾ വീഴ്ചയും ബോട്ട് യാത്രയും സംഭവിക്കുന്നത്. നിങ്ങൾ അന്വേഷിക്കുന്ന പ്രശ്നത്തിനുള്ള ഉത്തരത്തിലേക്കുള്ള നിരവധി വഴികൾ നിങ്ങൾക്ക് മുന്നിലുണ്ട്. അവ കണ്ണുതുറന്ന് കാണണം; കണ്ണുണ്ടായാൽ പോര കാണണം എന്നർത്ഥം.

മാത്രമല്ല; മറ്റൊന്നുകൂടി മൈക്കൽസൺ കണ്ടെത്തി. സൂര്യപ്രകാശത്തിൽ ഏഴ് നിറങ്ങൾ ഉണ്ടല്ലോ? ഓരോ നിറത്തിന്റേയും തരംഗദൈർഘ്യം വ്യതസ്തമാണെന്ന് അറിയാമല്ലോ? മൈക്കൽസൺ കണ്ടെത്തിയ കാര്യം ഏത് നിറത്തിലുള്ള പ്രകാശമായാലും അതിന്റെ പ്രവേഗം മാറുന്നില്ല എന്നാണ്. അതായത് പ്രകാശവേഗം തരംഗദൈർഘ്യത്തിനനുസരിച്ച് മാറുന്ന ഒന്നല്ല.

ഇന്നിപ്പോൾ പ്രകാശത്തിന്റെ പ്രവേഗം കുറേക്കൂടി കൃത്യമായി നമുക്കറിയാം. 299792.458 കിലോമീറ്റർ പ്രതിസെക്കന്റ്.

ഈ പരീക്ഷണങ്ങളുടെയെല്ലാം തുടർച്ചയാണ് ഐൻസ്റ്റൈന്റെ വിഖ്യാതമായ സിദ്ധാന്തങ്ങൾ. ഇനി നമുക്ക് അതിലേക്ക് കടക്കാം.

അതിനുമുമ്പ് ആരാണ് ഐൻസ്റ്റൈൻ? എന്തൊക്കെയായിരുന്നു അദ്ദേഹത്തിന്റെ പ്രവർത്തനങ്ങൾ തുടങ്ങിയ വ്യക്തിജീവിതത്തിലെ ചില കാര്യങ്ങളിലേക്ക് ഒന്ന് കണ്ണോടിക്കാം.

5

ആൽബർട്ട് ഐൻസ്റ്റൈൻ

ആൽബർട്ട് ഐൻസ്റ്റൈൻ

പ്രകാശത്തിന്റെ ഈ കഥയിൽ നിരവധി ശാസ്ത്രജ്ഞർ പ്രത്യക്ഷപ്പെടുന്നുണ്ട്. അവരെക്കുറിച്ചൊക്കെ പല കാര്യങ്ങളും ഈ പുസ്തകത്തിൽ പറഞ്ഞ് പോകുന്നുണ്ട്. പക്ഷേ, ഐൻസ്റ്റൈന് വേണ്ടി മാത്രമാണ് ഒരു അദ്ധ്യായം മുഴുവൻ മാറ്റിവയ്ക്കുന്നത്.

എന്താ കാരണം?

യഥാർത്ഥത്തിൽ ഐൻസ്റ്റൈൻ തന്നെയാണ് ഈ കഥയിലെ നായകൻ. ഐൻസ്റ്റൈൻ ആണ് കഥ നയിക്കുന്നത്. ബാക്കിയെല്ലാവരും ഐൻസ്റ്റൈന്റെ പ്രവർത്തനങ്ങൾക്കാവശ്യമായ പശ്ചാത്തലമൊരുക്കുക മാത്രമേ ചെയ്യുന്നുള്ളൂ.

ഐൻസ്റ്റൈനെക്കുറിച്ചുള്ള ഈ കുറിപ്പ് എങ്ങനെയാണ് തുടങ്ങേണ്ടത്? ഏറ്റവും ലളിതമായ ഒരു വാക്യത്തിൽ തുടങ്ങണം എന്നാണ് എന്റെ ആഗ്രഹം. അതുകൊണ്ട് ഞാൻ ഇങ്ങനെ തുടങ്ങാം.

1879 മാർച്ച് 14 ന് ജർമ്മനിയിലെ ഉൽമ് എന്ന ചെറുനഗരത്തിൽ ആൽബർട്ട് ഐൻസ്റ്റൈൻ ജനിച്ചു. ഒരു ജൂത കുടുംബത്തിലായിരുന്നു ജനനം.

എന്തിനാണ് ഐൻസ്റ്റൈനെ പോലെയുള്ള ഒരാളുടെ കഥ പറയുമ്പോൾ അദ്ദേഹത്തിന്റെ മതം പറയുന്നത് എന്ന് തോന്നുന്നില്ലേ?

വേണം; ജൂതൻ എന്ന വിശേഷണം അദ്ദേഹത്തിന്റെ ജീവിതത്തിൽ ധാരാളം പ്രശ്നങ്ങൾ സൃഷ്ടിക്കുന്നുണ്ട്; അക്കാര്യം വഴിയേ പറയാം.

ആൽബർട്ടിന്റെ അച്ഛൻ ഹെർമ്മൻ ഐൻസ്റ്റൈൻ ഒരു ചെറുകിട വ്യാപാരിയായിരുന്നു. ഒരിക്കലും വിജയം കണ്ടിട്ടില്ലാത്ത ഒരു വ്യാപാരി. എന്ന് പറഞ്ഞാൽ കച്ചവടം എന്നും നഷ്ടം.

അമ്മയോ?

അമ്മ, പൗലീൻ നീ കോക്ക്; നന്നായി പാടുമായിരുന്നു, ഒരു സഹോദരി കൂടിയുണ്ടായിരുന്നു ആൽബർട്ടിന്, പേര് മരിയ. ആർബർട്ടിനേക്കാൾ രണ്ടുവയസ്സിന് ഇളപ്പം.

പ്രൈമറി ക്ലാസുകളിൽ സമർത്ഥനായ ഒരു വിദ്യാർത്ഥിയായിരുന്നു ആൽബർട്ട്. നല്ല ഒരു ഭക്തനുമായിരുന്നു. സ്കൂളിൽ പോകുന്ന വഴിക്കുപോലും യഹോവയെ സ്തുതിച്ചുകൊണ്ടുള്ള ഈരടികൾ രചിക്കുകയും പാട്ട് പാടുകയും ചെയ്യുമായിരുന്നു.

ജനിച്ചത് ഉൽമിലാണെങ്കിലും ആൽബർട്ട് വളർന്നത് മ്യൂണിക്കിലാണ്. മ്യൂണിക് ജർമ്മനിയിലെ മനോഹരമായ ഒരു നഗരമാണ്. ആൽബർട്ടിന് ഒരു വയസ്സായപ്പോഴേക്കും കച്ചവടം പൊളിഞ്ഞ് ഐൻസ്റ്റൈന്റെ കുടുംബം മ്യൂണിക്കിലേക്ക് താമസം മാറ്റിയിരുന്നു.

ഐൻസ്റ്റൈന്റെ ബാല്യകാലത്തെ രണ്ടു സംഭവങ്ങൾ വിശേഷമായി എടുത്തു പറയേണ്ടതാണ്. ഏതാണ്ട് 3-4 വയസ്സ് പ്രായമുള്ളപ്പോൾ ഒരു കാന്തസൂചി സമ്മാനമായി കിട്ടിയതാണ് ഒന്ന്. അദ്ദേഹത്തിന്റെ പില്ക്കാല ജീവിതത്തിൽ എപ്പോഴും ഓർത്തിരിക്കുന്ന ഒന്നായാണതിനെ വിശേഷിപ്പിക്കുന്നത്.

ആ മൂന്ന് വയസ്സുകാരന് അതൊരത്ഭുത വസ്തുവായിരുന്നു. എങ്ങോട്ട് തിരിച്ചാലും വടക്കോട്ട് തലയുമായി തിരിച്ചെത്തുന്ന കേമൻ....

ആൽബർട്ടിന്റെ ചിന്താമണ്ഡലത്തിൽ ആ കാന്തസൂചി വലിയ സ്വാധീനം ചെലുത്തി. ആപേക്ഷികതാ സിദ്ധാന്തത്തിലൂടെ കാന്തികതയ്ക്ക് വിശദീകരണം നല്കാൻ പിന്നീടദ്ദേഹത്തിന് കഴിയുന്നത് ഈ സ്വാധീനം കൊണ്ടാവാം.

രണ്ടാമത്തെ കാര്യം ഏതാണ്ട് 11-12 വയസ്സുള്ളപ്പോൾ സംഭവിച്ചതാണ്. അക്കാലത്ത് അദ്ദേഹം ധാരാളം പുസ്തകങ്ങൾ വായിക്കാൻ തുടങ്ങി. മിക്കവാറും പോപ്പുലർ സയൻസ് പുസ്തകങ്ങൾ. ഈ വായന ചില സംശയങ്ങൾ മനസ്സിലുയർത്തി.

ആ സംശയം ദൈവത്തെക്കുറിച്ചായിരുന്നു.

എല്ലാ മനുഷ്യരുടെയും പ്രവർത്തനങ്ങളെ നിരീക്ഷിച്ച്, നന്മതിന്മകൾ വേർതിരിച്ച്, നന്മയ്ക്ക് പ്രതിഫലവും തിന്മയ്ക്ക് ശിക്ഷയും കൊടുക്കുന്ന ഒരു ദൈവം ഉണ്ടായിരിക്കുമോ?

ഉണ്ടാവാൻ ഒരു സാദ്ധ്യതയുമില്ല എന്ന് അദ്ദേഹം കരുതി. അതോടെ ഭക്തി നഷ്ടമായി. ആരാധനയും പുകഴ്ത്തലും കാണിക്കയും ബലികർമ്മങ്ങളും ഇഷ്ടപ്പെടുന്ന ദൈവത്തിൽനിന്ന് അകന്നു.

പ്രപഞ്ചം എന്ന അത്ഭുത പ്രതിഭാസത്തെക്കുറിച്ചുള്ള ബോധം മാത്രമാണ് പിന്നീടദ്ദേഹത്തെ നയിച്ചത്. തന്റെ മതബോധത്തെ പിന്നീട് ഐൻസ്റ്റൈൻ വിളിക്കുന്നത് പ്രപഞ്ചമതം എന്നാണ്.

1894 ൽ ആൽബർട്ടിന്റെ പിതാവിന്റെ കച്ചവടം പൊളിഞ്ഞ് ആ കുടുംബം ഇറ്റലിയിലെ മിലാനിലേക്ക് മാറി. ഒരു ചെറിയ വൈദ്യുതോപകരണ വ്യാപാരമായിരുന്നു അവരുടേത്. എന്തായാലും ഈ സമയത്ത് ആൽബർട്ടിന്റെ ഹൈസ്കൂൾ പഠനം പൂർത്തിയായിരുന്നില്ല. അതുകൊണ്ട് പഠനം പൂർത്തിയാകുന്നതുവരെ ആൽബർട്ട് തനിയെ മ്യൂണിക്കിൽ തുടരാൻ തീരുമാനമായി.

അതോടെ ആൽബർട്ട് മ്യൂണിക്കിൽ തനിച്ചായി. മാതാപിതാക്കൾ കൂടെയില്ലാത്ത ഒരു ഹൈസ്കൂൾ വിദ്യാർത്ഥിക്ക് സംഭവിക്കാവുന്ന അപകടം ആൽബർട്ടിനും സംഭവിച്ചു.

എന്താണത്?

പഠനത്തിൽ ശ്രദ്ധ കുറഞ്ഞു.

ക്ലാസ്സിൽ ശ്രദ്ധിക്കാത്ത ഒരു വിദ്യാർത്ഥിയായി അയാൾ മാറി. വേറെയും ചില പരാതികൾ അയാളെക്കുറിച്ച് അദ്ധ്യാപകർക്ക് ഉണ്ടായിരുന്നു.

അനുസരണയില്ല.

രാജഭക്തിയില്ല.

ദൈവഭക്തി നേരത്തേതന്നെ ഉപേക്ഷിച്ചിരുന്നല്ലോ?

ഒടുവിൽ ഏറ്റവും മോശമായതുതന്നെ സംഭവിച്ചു. ഹൈസ്കൂൾ പഠനം പൂർത്തിയാക്കാതെ അയാൾ മിലാനിൽ മാതാപിതാക്കളുടെ സമീപത്തേക്ക് പോയി.

അവിടെ ഉന്നത വിദ്യാഭ്യാസത്തിന് ശ്രമിച്ചു. ഹൈസ്കൂൾ പഠനം പൂർത്തിയാക്കാത്ത ഒരാൾക്ക് എങ്ങനെയാണ് ഉന്നത വിദ്യാഭ്യാസത്തിന് അവസരം കിട്ടുക?

അതുകൊണ്ട് നേരേ സ്വിറ്റ്സർലണ്ടിലേക്ക് പോയി. അധികാരികളുടെ പ്രത്യേക അനുമതിയോടെ സൂറിച്ചിലെ പോളിടെക്നിക്കിൽ എഞ്ചിനീയറിങ് പ്രവേശന പരീക്ഷയെഴുതി.

ഫലം എന്താ?

നന്നായി തോറ്റു.

ഏതൊക്കെ വിഷയത്തിലാണ് തോറ്റതെന്ന് അറിയേണ്ടേ?

സാഹിത്യ ചരിത്രം, രാഷ്ട്രീയ ചരിത്രം, ജർമ്മൻ ഭാഷ.

കൊള്ളാം, പിന്നെന്താ വഴി?

തിരികെ സ്കൂളിലേക്ക് തന്നെ പോയി. ഒരു കൊല്ലം സ്കൂളിൽ പഠിച്ച് പ്രവേശനത്തിന് അർഹത നേടി.

പക്ഷേ, അപ്പോഴേക്കും അയാൾ തന്റെ പഴയ തീരുമാനം മാറ്റിയിരുന്നു.

എന്താണെന്നോ?

എഞ്ചിനീയറിങ് പഠിക്കേണ്ട. പകരം ഫിസിക്സും ഗണിതവും മതി എന്നയാൾ തീരുമാനിച്ചു. പോളിടെക്നിക് സ്കൂളിൽ ബിരുദ പഠനത്തിന് ചേർന്നു.

അവിടെവച്ച് അദ്ദേഹത്തിന് ഒരു കൂട്ടുകാരിയെക്കിട്ടി. പേര് മിലേവ. അവൾ സ്ലാവ് വംശജയായിരുന്നു. ആൽബർട്ടിനേക്കാൾ മൂന്ന് വയസ്സ് കൂടുതൽ. സുന്ദരി തന്നെയായിരുന്നു മിലേവ. പക്ഷേ, അല്പം മുടന്തുണ്ടായിരുന്നു.

അവർ നല്ല സുഹൃത്തുക്കളായി.

ഐൻസ്റ്റൈന്റെ പല കണ്ടെത്തലുകൾക്കും കാരണമായ ചിന്തകൾ പഠിക്കുന്ന കാലത്തുതന്നെ അവർ പങ്കിട്ടിരുന്നു. പ്രകാശവേഗതയുടെ സ്ഥിരത, ഈഥർ മിഥ്യയാണെന്ന തിരിച്ചറിവ് ഇവയൊക്കെ ഇക്കാലത്തെ ചർച്ചകളിൽ വന്നിരുന്നു.

പിന്നീട് മിലേവയെ ആൽബർട്ട് വിവാഹം കഴിച്ചു.

1899 ൽ ബിരുദപഠനം പൂർത്തിയാക്കി. രണ്ടുവർഷം ജോലിയൊന്നുമില്ലാതെ അലഞ്ഞു.

എന്താ കാരണം?

നിഷേധിയായ ഒരു ജൂതനുവേണ്ടി ശുപാർശ ചെയ്യാൻ അദ്ധ്യാപകർ താല്പര്യമെടുത്തില്ല. രണ്ട് വർഷം കഴിഞ്ഞപ്പോൾ ഒരു സ്കൂളിൽ താല്ക്കാലിക അദ്ധ്യാപകനായി ജോലികിട്ടി. ആറുമാസം കഴിഞ്ഞപ്പോൾ മറ്റൊരു സ്കൂളിൽ. പിന്നെ കുറേക്കാലം ട്യൂഷൻ മാസ്റ്ററായി. ഒടുവിൽ ബേണിലെ പേറ്റന്റ് ഓഫീസിൽ ഗുമസ്തപ്പണി.

എന്താണ് പേറ്റന്റ് ഓഫീസ് എന്നറിയാമോ?

വലിയ ശാസ്ത്രജ്ഞരും മറ്റും നടത്തുന്ന കണ്ടുപിടിത്തങ്ങളുടെ ഫലമായി ഉണ്ടാകുന്ന ഉല്പന്നങ്ങൾ മറ്റാർക്കും ഉല്പാദിപ്പിക്കാൻ അവകാശമില്ലാതാകും. അഥവാ അതിനുള്ള അവകാശം അത് കണ്ടെത്തിയ ആളിന് മാത്രമാണ്. ഇതാണ് പേറ്റന്റ്. ഈ പേറ്റന്റ് അവകാശം മറ്റൊരാളിന് വേണമെങ്കിൽ വില്ക്കാം. ഇക്കാര്യങ്ങളൊക്കെ നിർവ്വഹിക്കുന്ന ഓഫീസ് ആണ് പേറ്റന്റ് ഓഫീസ്.

അവിടെ വളരെ താഴ്ന്ന ഒരു ജോലിയായിരുന്നു ഐൻസ്റ്റൈന് ലഭിച്ചത്.

അക്കാലത്താണ് അദ്ദേഹം തന്റെ പ്രസിദ്ധമായ മൂന്ന് പ്രബന്ധങ്ങൾ എഴുതുന്നത്. 1905 ലായിരുന്നു അത്.

എന്തൊക്കെയായിരുന്നു ആ പ്രബന്ധങ്ങൾ?

ഒന്നാമത്തേതിൽ പ്രകാശവിദ്യുത് പ്രഭാവ (photo electric effect)ത്തെ വിശദീകരിക്കുകയായിരുന്നു. പ്രകാശ വിദ്യുത് പ്രഭാവം എന്താണെന്ന് നിങ്ങൾക്കറിയാമോ? പ്രകാശം പതിക്കുമ്പോൾ ചില ലോഹങ്ങൾ ഇലക്ട്രോണുകൾ പുറത്തുവിടും. ഈ പ്രതിഭാസമാണ് പ്രകാശ വിദ്യുത്പ്രഭാവം എന്നറിയപ്പെടുന്നത്. യഥാർത്ഥത്തിൽ അത് മാക്സ് പ്ലാങ്കിന്റെ ക്വാണ്ടം സിദ്ധാന്തത്തിന്റെ ഒരു തെളിവായിരുന്നു. പ്രകാ

പ്രകാശ വൈദ്യുതിപ്രഭാവം

പ്രകാശം ഊർജ്ജപ്പൊതികൾ അഥവാ ക്വാണ്ടങ്ങൾ ആയിട്ടാണ് ഉത്സർജ്ജിക്കപ്പെടുന്നത് എന്നാണ് ക്വാണ്ടം സിദ്ധാന്തം പറഞ്ഞത്. ഒരു വിദ്യുത് കാന്തിക തരംഗം ഇത്തരം അനേകം ക്വാണ്ടങ്ങൾ ചേർന്നതാണ്. തരംഗത്തിന്റെ ആവൃത്തി v (ന്യൂ എന്നു വായിക്കുക) ക്വാണ്ടത്തിന് $E=hv$ ഊർജ്ജമുണ്ടാകും. (h-പ്ലാങ്ക് സ്ഥിരാങ്കം) ഈ പ്രകാശകണങ്ങളിലൊന്ന് ഒരു ലോഹത്തിൽ വന്നു വീണാൽ അതു ലോഹത്തിലെ ഒരു ഇലക്ട്രോണുമായി കൂട്ടിമുട്ടും. ഇലക്ട്രോണിനു പുറത്തുവരാൻ കിട്ടേണ്ട മിനിമം ഊർജ്ജം E_o ആണെന്നിരിക്കട്ടെ. $E=E_o+\frac{1}{2}mv^2$ എന്ന അതിലളിതമായ ഒരു സമവാക്യത്തിലൂടെ ക്വാണ്ടം സിദ്ധാന്തത്തിന് കൃത്യമായ നിരീക്ഷണത്തിന്റെ തെളിവ് അവതരിപ്പിക്കുകയായിരുന്നു ഐൻസ്റ്റൈൻ. ക്വാണ്ടം സിദ്ധാന്തത്തിനു സ്വീകാര്യത നല്കുന്നതിൽ അതു വലിയ പങ്കുവഹിച്ചു.

ശം പതിക്കുമ്പോൾ ഇലക്ട്രോണിന്റെ ഊർജ്ജനിലയിൽ വരുന്ന മാറ്റം കണക്കാക്കിയാണ് ഐൻസ്റ്റൈൻ അത് വിശദീകരിച്ചത്.

രണ്ടാമത്തെ പ്രബന്ധം ബ്രൗണിയൻ ചലനത്തെക്കുറിച്ചായിരുന്നു. ബ്രൗണിയൻ ചലനം എന്താണെന്ന് വിശദമായി ബോക്സിൽ കൊടുത്തിരിക്കുന്നത് വായിക്കൂ.

മൂന്നാമത്തെ പ്രബന്ധമായിരുന്നു ആപേക്ഷികതാ സിദ്ധാന്തത്തിന്റെ വിശദീകരണം. അത് നമ്മൾ വിശദമായി പരിശോധിക്കണം. എന്നാൽ ഈ ചെറിയ അദ്ധ്യായത്തിൽ ആപേക്ഷികതാ സിദ്ധാന്തത്തെക്കുറിച്ച് എഴുതുന്നില്ല. അടുത്ത അദ്ധ്യായത്തിൽ അത് വളരെ വിശദമായിത്തന്നെ പറയാം.

ഈ പ്രബന്ധങ്ങൾ ഐൻസ്റ്റൈനെ പ്രശസ്തനാക്കി. മൂന്ന് വർഷം കഴിഞ്ഞപ്പോൾ ബേൺ സർവ്വകലാശാലയിൽ അദ്ധ്യാപകനായി ജോലി കിട്ടി. അടുത്തവർഷം സൂറിച്ച് സർവ്വകലാശാലയിലേക്ക് മാറി. അവിടെ കുറേക്കൂടി ഉയർന്ന പദവിയായിരുന്നു. അസോസിയേറ്റ് പ്രൊഫസർ!

പിന്നീട് പല സർവ്വകലാശാലകളിലും അദ്ദേഹത്തിന് ജോലി ലഭിച്ചു. 1913 ൽ ഐൻസ്റ്റൈന് ഒരു അതിഥിയെ കിട്ടി.

ആരായിരുന്നുവെന്നോ?

സാക്ഷാൽ മാക്സ് പ്ലാങ്ക്.

പ്ലാങ്കിന്റെ സിദ്ധാന്തം തെളിയിച്ചുകൊണ്ടാണ് ഐൻസ്റ്റൈൻ പ്രസിദ്ധനായത്. ആരാണ് കേമൻ എന്നൊരു ചോദ്യം വേണമെങ്കിൽ ചോദിക്കാവുന്നതാണ്.

പ്ലാങ്കിന്റെ വരവിന് ഒരു ലക്ഷ്യമുണ്ടായിരുന്നു.

അദ്ദേഹം ഐൻസ്റ്റൈനെ ബർലിൻ സർവ്വകലാശാലയിലേക്ക് ക്ഷണിക്കാൻ വന്നതാണ്.

ആ ജോലിയിൽ ഐൻസ്റ്റൈന് കൂടുതൽ താല്പര്യം ഉണ്ടായിരുന്നു.

അവിടെ മികച്ച ഗവേഷണ സൗകര്യമുണ്ട്.

പ്രഷ്യൻസ് അക്കാദമിയിൽ അംഗത്വം ലഭിക്കും.

ക്ലാസ്സെടുക്കണമെന്ന് നിർബ്ബന്ധമില്ല.

ഐൻസ്റ്റൈൻ ആ ജോലി സ്വീകരിച്ചു.

അവിടെവച്ചാണ് അദ്ദേഹത്തിന്റെ ഏറ്റവും പ്രധാന പ്രബന്ധം പുറത്തുവന്നത്.

എന്താണെന്നോ?

സാമാന്യ ആപേക്ഷികതാ സിദ്ധാന്തം (General Theory of Rela-

ബ്രൗണിയൻ ചലനം

1827 ൽ റോബർട്ട് ബ്രൗൺ എന്ന സസ്യശാസ്ത്രജ്ഞൻ കുറെ പൂമ്പൊടി വെള്ളത്തിലിട്ട് മൈക്രോസ്കോപ്പിലൂടെ നിരീക്ഷിക്കുകയായിരുന്നു. അവ ലക്ഷ്യമില്ലാതെ അങ്ങുമിങ്ങും ചാടിക്കളിക്കുന്നതായി അദ്ദേഹം കണ്ടു. പൂമ്പൊടിക്കു ജീവനുണ്ടെന്നായിരുന്നു ആദ്യ നിഗമനം. മറ്റു ചെറുതരികളും ധൂളികളും വെള്ളത്തിലിട്ടു നോക്കി. അവയും അലക്ഷ്യമായി ചാടുന്നുണ്ട്. ജീവനുള്ളതല്ല കാരണം എന്നു വ്യക്തമായി. പക്ഷേ, എന്താണു കാരണം എന്നാർക്കും പിടികിട്ടിയില്ല. മുക്കാൽ നൂറ്റാണ്ടിനുശേഷം ഐൻസ്റ്റൈനാണതിനു ശരിയായ വിശദീകരണം കണ്ടെത്തിയത്. ജലതന്മാത്രകളുടെ ഇടി ഏറ്റാണവ ചാടുന്നത്. പൂമ്പൊടി തന്മാത്രയെ അപേക്ഷിച്ച് വലുതാണ്. അതിന്റെ എല്ലാ വശത്തും എപ്പോഴും ധാരാളം ജലതന്മാത്രകൾ വന്നിടിക്കും. സാധാരണഗതിയിൽ എല്ലാ വശത്തുനിന്നുമുള്ള ഇടികളുടെ ബലം തുല്യമായിരിക്കും. എന്നാൽ ചിലപ്പോൾ ഒരു വശത്തുനിന്ന് ഒരിടി കൂടുതലാകും. അല്ലെങ്കിൽ ഇടിയുടെ ബലം കൂടുതലാകാം. അപ്പോൾ മറുവശത്തേക്ക് പൂമ്പൊടി തെറിച്ചുപോകും. അല്പം കഴിഞ്ഞ് മറ്റൊരു ദിശയിലാകും 'അധിക ഇടി.' നിരന്തരമുള്ള ഈ ഇടിയാണ് ബ്രൗൺ കണ്ട ചലനത്തിനു കാരണം, പൂമ്പൊടിയും തന്മാത്രകളും സന്തുലനത്തിലായതുകൊണ്ട് പൂമ്പൊടിക്കും തന്മാത്രകൾക്കും ശരാശരി ഗതികോർജ്ജം ഒന്നുതന്നെയായിരിക്കും എന്നും ഐൻസ്റ്റൈൻ സ്ഥാപിച്ചു. പൂമ്പൊടിയുടെ പിണ്ഡം എളുപ്പം കാണാം. അതിന്റെ വേഗവും അളക്കാം. അപ്പോൾ പൂമ്പൊടിയുടെ ഗതികോർജ്ജം കിട്ടും. അതിൽ നിന്ന് തന്മാത്രകളുടെ ഗതികോർജ്ജവും അവഗാഡ്രോ സംഖ്യയും മറ്റും കാണാമെന്നും ഐൻസ്റ്റൈൻ കണ്ടെത്തി.

tivity). 1915ലായിരുന്നു അത്. അപ്പോൾ മുമ്പ് പറഞ്ഞ സിദ്ധാന്തമോ എന്ന ചോദ്യം മനസ്സിൽ വന്നു, അല്ലേ? അവിടെയും നമ്മൾ ആപേക്ഷികതാ സിദ്ധാന്തം എന്ന് പറഞ്ഞിരുന്നു.

ശരിക്കും അത് വിശിഷ്ട ആപേക്ഷികതാ സിദ്ധാന്തം (special theory of relativity) ആണ്.

എന്താണ് ഇവ തമ്മിലുള്ള വ്യത്യാസം?

വിശദമായി അടുത്ത അദ്ധ്യായത്തിൽ പറയുന്നുണ്ട്. എന്നാലും ചുരുക്കി ഇങ്ങനെ പറയാം.

വിശിഷ്ട ആപേക്ഷികതാ സിദ്ധാന്തം ഗുരുത്വാകർഷണത്തെ കണക്കിലെടുക്കുന്നില്ല. ഗുരുത്വാകർഷണത്തെ പൂർണ്ണമായി വിശദീകരിക്കാൻ ആ സിദ്ധാന്തം പോര. അതുകൊണ്ട് ഗുരുത്വാകർഷണം കൂടി വിശദീകരിച്ചുകൊണ്ട് പൂർണ്ണമാക്കിയതാണ് സാമാന്യ ആപേക്ഷികതാ സിദ്ധാന്തം.

പൂർണ്ണമായി മനസ്സിലായില്ല; അല്ലേ?

സാരമില്ല....

പിന്നീട് വിശദീകരിച്ച് പറയാം.

ഈ സമയമായപ്പോൾ ഐൻസ്റ്റൈന്റെ കുടുംബജീവിതത്തിൽ ചില പാകപ്പിഴകൾ വന്നു. മിലേവയുമായുള്ള ബന്ധത്തിൽ ചില അസ്വസ്ഥതകൾ ഉണ്ടായി. അവർ രണ്ടുപേരും സത്യസന്ധരായിരുന്നതിനാൽ ഒന്നിച്ച് തുടരാൻ പറ്റാതെ വന്നപ്പോൾ ധൈര്യപൂർവ്വം വിവാഹമോചനത്തിന് തീരുമാനമെടുത്തു. ഇന്ന് നമ്മുടെ നാട്ടിൽ കാണുന്നതുപോലെ ഇഷ്ടമില്ലാതെ ഒന്നിച്ച് ജീവിക്കാൻ തയ്യാറായില്ല.

1919 ൽ ഐൻസ്റ്റൈൻ പുനർ വിവാഹിതനായി. വധു അദ്ദേഹത്തിന്റെ അകന്ന ബന്ധുവായിരുന്നു. പേര് എൽസ. എൽസയും വിവാഹമോചിതയായിരുന്നു.

1919 ൽ തന്നെയാണ് സാമാന്യ ആപേക്ഷികതാസിദ്ധാന്തം തെളിയിക്കപ്പെട്ടത്. അത് തെളിയിച്ചത് ഐൻസ്റ്റൈനായിരുന്നില്ല. ഐൻസ്റ്റൈൻ ആ സിദ്ധാന്തം മുന്നോട്ടുവയ്ക്കുക മാത്രമാണുണ്ടായത്. സിദ്ധാന്തം പൂർണ്ണമായിരുന്നു. എന്നാൽ അത് പൂർണ്ണമായി അംഗീകരിക്കപ്പെടണമെങ്കിൽ വസ്തുനിഷ്ഠ തെളിവ് വേറെ വേണം.

അല്പം കൂടി വിശദമാക്കാം.

ഗുരുത്വാകർഷണം സ്ഥലകാലത്തെ വളയ്ക്കും എന്ന് ഐൻസ്റ്റൈൻ പറഞ്ഞു. സിദ്ധാന്തത്തിൽ അത് പറഞ്ഞത് എല്ലാവർക്കും മനസ്സിലായി. പക്ഷേ, പ്രത്യക്ഷ തെളിവ് വേണം. ഗുരുത്വാകർഷണം മൂലം പ്രകാശരശ്മി വളയുന്നത് നേരിട്ട് കാട്ടിക്കൊടുക്കണം.

തോമസ് എഡിങ്ടൺ എന്ന ശാസ്ത്രജ്ഞനും സംഘവുമാണ് അത് പ്രത്യക്ഷത്തിൽ കാണിച്ചത്.

1919 മേയ് 29 ന് നടന്ന സൂര്യഗ്രഹണമായിരുന്നു അതിന് അവസരമൊരുക്കിയത്. അന്ന് വിദൂരസ്ഥമായ ഒരു നക്ഷത്രത്തിൽ നിന്ന് പ്രകാശം

സൂര്യന് സമീപം കൂടി കടന്നുപോയപ്പോൾ അത് അല്പം വളഞ്ഞതായി എഡിങ്ടണും കൂട്ടരും കണ്ടെത്തി.

സൂര്യന്റെ പിണ്ഡം സ്ഥലകാലത്തെ വക്രമാക്കുന്നു എന്നതിന്റെ തെളിവായിരുന്നു ഇത്. അതോടെ ഭൗതിക ശാസ്ത്രത്തിന്റെ മേഖലയിൽ ഐൻസ്റ്റൈൻ അനിഷേധ്യനായി.

പക്ഷേ, ഇതിനിടയിലും ചില ദുർബുദ്ധികൾ ഉണ്ടായി.

അവർ ശാസ്ത്രജ്ഞരായിരുന്നില്ല.

പിന്നെയോ?

ഒരു സംഘം പത്രക്കാർ.

അവർ എഡിങ്ടണെയും അദ്ദേഹം പ്രവർത്തിച്ചിരുന്ന കേംബ്രിഡ്ജ് സർവ്വകലാശാലയെയും ശകാരിക്കുവാനാണ് ഈ സന്ദർഭം ഉപയോഗപ്പെടുത്തിയത്.

എന്തിനെന്നോ?

ഐൻസ്റ്റൈൻ ന്യൂട്ടന്റെ സ്ഥാനം നഷ്ടമാക്കാൻ ശ്രമിക്കുന്നുവത്രേ. കേംബ്രിഡ്ജ് സർവ്വകലാശാലയും എഡിങ്ടണും അതിന് കൂട്ടുനില്ക്കുകയും ചെയ്യുന്നു എന്നതായിരുന്നു ആക്ഷേപം.

1920!

ജർമ്മനിയുടെ രാഷ്ട്രീയം പതുക്കെപ്പതുക്കെ മാറാൻ തുടങ്ങുകയാണ്. ഹിറ്റ്ലറുടെ നാസിപ്പാർട്ടി പ്രവർത്തിച്ച് തുടങ്ങി. അവർ ജൂതന്മാരെ തങ്ങളുടെ എതിരാളികളായിട്ടാണ് കണ്ടത്. ജർമ്മൻകാർ ആര്യന്മാരാണെന്നും അവർക്ക് ലോകത്തിന്റെ അധിപതികളാകാൻ കഴിയുമെന്നും നാസികൾ പ്രചരിപ്പിച്ചു. ഈ ലക്ഷ്യത്തിനുള്ള മുഖ്യ തടസ്സം ജൂതന്മാരാണെന്ന് ഹിറ്റ്ലർ കരുതി.

ഐൻസ്റ്റൈൻ ഒരു ജൂതനാണല്ലോ?

ഐൻസ്റ്റൈന്റെ ക്ലാസ്സുകളിൽ നാസികൾ ബഹളം ഉണ്ടാക്കാൻ തുടങ്ങി.

1921 ഐൻസ്റ്റൈന് നോബൽ സമ്മാനം.

എന്തിനായിരുന്നു ആ സമ്മാനം.

പ്രകാശ വൈദ്യുതി പ്രഭാവം വിശദീകരിച്ചതിന്.

നോബൽ സമ്മാനം ലഭിച്ചിട്ടും ജർമ്മനിയിൽ അദ്ദേഹം സ്വീകാര്യനായില്ല. നാസികൾ തങ്ങൾക്കിഷ്ടമില്ലാത്തവരെ ആക്രമിക്കാൻ തുടങ്ങിയിരുന്നു. വിശേഷിച്ചും, തങ്ങൾക്കൊപ്പം നില്ക്കാത്ത ബുദ്ധിജീവികളെ അവർ വേട്ടയാടി.

ചിലരെ ചൂണ്ടി നാസികൾ പറഞ്ഞു.

അവൻ ജൂതനാണ്; അവനെ കൊന്നുകളയണം.

മറ്റ് ചിലരെ ചൂണ്ടി ഇങ്ങനെയാണ് പറഞ്ഞത്.

അവൻ കമ്യൂണിസ്റ്റാണ്; അവരെ കൊല്ലാം.

ഐൻസ്റ്റൈൻ നാസികൾക്ക് എതിരായി സംസാരിക്കാൻ തുടങ്ങി. ഇത് അദ്ദേഹത്തോടുള്ള എതിർപ്പ് വർദ്ധിക്കാൻ ഇടയാക്കി.

1930 !

ജർമ്മനിയിൽ തിരഞ്ഞെടുപ്പ് നടന്നു.

പാർലിമെന്റിൽ നാസികളുടെ സീറ്റ് 12 ൽ നിന്ന് 107 ആയി ഉയർന്നു.

കമ്യൂണിസ്റ്റുകാർക്ക് 70 സീറ്റും.

കമ്യൂണിസ്റ്റുകാരുടെ മുഖ്യ എതിരാളി സോഷ്യലിസ്റ്റുകാരായിരുന്നു.

ജർമ്മനി ഒരു ഫാസിസ്റ്റ് രാജ്യമാകുമെന്ന സ്ഥിതി വളർന്നു.

എന്താണ് ഫാസിസം?

അതൊരുതരം ഭീകരമായ ഏകാധിപത്യമാണ്. തങ്ങൾക്കിഷ്ടമില്ലാത്തവരെയെല്ലാം ഉന്മൂലനം ചെയ്യുന്ന ഒരു ഭരണക്രമം.

ജർമ്മനി ഫാസിസ്റ്റ് ആകാതിരിക്കാൻ എന്താണ് വേണ്ടത്?

ഐൻസ്റ്റൈനും മറ്റ് ചില ബുദ്ധിജീവികളും ചേർന്ന് ഫാസിസ്റ്റ് ഭീകരത ഒഴിവാക്കാനായി അന്യോന്യം സഹകരിക്കാൻ ജർമ്മനിയിലെ കമ്യൂണിസ്റ്റുകാരോടും സോഷ്യലിസ്റ്റുകാരോടും അഭ്യർത്ഥിച്ചു. 1932 ജൂൺ 17 ന് ആയിരുന്നു ഇത്.

പക്ഷേ, സമയം വൈകിപ്പോയിരുന്നു.

1933 ൽ വീണ്ടും തിരഞ്ഞെടുപ്പ്.

നാസികൾക്ക് 230 സീറ്റ്.

അവർ ഏറ്റവും വലിയ കക്ഷി.

ഹിറ്റ്ലർ ജർമ്മൻ ചാൻസിലറായി അധികാരമേറ്റു.

അപ്പോൾ വിദേശയാത്രയിലായിരുന്ന ഐൻസ്റ്റൈൻ പ്രഖ്യാപിച്ചു.

"ഇനി ജർമ്മനിയിലേക്കില്ല!"

ഐൻസ്റ്റൈന് പ്രിൻസ്റ്റണിലേക്ക് ക്ഷണം കിട്ടി. അദ്ദേഹം അത് സ്വീകരിച്ചു. അവിടെ ഒരു അഡ്വാൻസ്ഡ് സ്റ്റഡി സെന്റർ ആരംഭിക്കാനുള്ള ഒരുക്കം നടത്തിക്കൊണ്ടിരുന്ന അബ്രഹാം ഫ്ളക്സിനറാണ് ഐൻസ്റ്റൈനെ ക്ഷണിച്ചത്. അമേരിക്കയിലെ ന്യൂജേഴ്സിയിലാണ് പ്രിൻസ്റ്റൺ.

ഫ്ളക്സിനർ ഐൻസ്റ്റൈനോട് ചോദിച്ചു.

"താങ്കൾക്ക് എത്ര ശമ്പളം വേണം?"

ഐൻസ്റ്റൈൻ മറുപടി പറഞ്ഞു.

"3000 ഡോളർ."

ഫ്ളക്സ് ഞെട്ടിപ്പോയി. മൂവായിരം ഡോളർ എത്രയോ ചെറുതാണ്. അത്രയും മതിയോ ഒരു വർഷത്തെ ശമ്പളമായി?

ഒടുവിൽ 15000 ഡോളർ എങ്കിലും വാങ്ങണം എന്ന് ഫ്ളക്സിനർ ഐൻസ്റ്റൈനെ നിർബ്ബന്ധിച്ചു.

പിന്നീട് ജീവിതാവസാനം വരെ ഐൻസ്റ്റൈൻ പ്രിൻസ്റ്റണിൽ തന്നെയാണ് കഴിഞ്ഞത്.

അങ്ങനെയിരിക്കെ രണ്ടാംലോകയുദ്ധത്തിന്റെ കേളികൊട്ടായി. അതുമായി ബന്ധപ്പെട്ട് ഒരു വാർത്ത പരന്നു.

"ഹിറ്റ്ലർ അണുബോംബ് ഉണ്ടാക്കാൻ ശ്രമിക്കുന്നു."

അതപകടമാണ്. ഭീകരനായ ഒരു ഏകാധിപതിയാണ് ഹിറ്റ്ലർ. അയാൾക്ക് അണുബോംബ് കൂടി ഉണ്ടായാൽ അത് ലോകത്തിന് തന്നെ അപകടമാണ്.

അതുകൊണ്ട് അമേരിക്കയും ബോംബ് ഉണ്ടാക്കണം എന്നാവശ്യപ്പെട്ട് ഐൻസ്റ്റൈനും മറ്റ് ചില ശാസ്ത്രജ്ഞരും അമേരിക്കൻ പ്രസിഡന്റായ റൂസ്‌വെൽറ്റിന് ഒരു കത്തയച്ചു.

അങ്ങനെയാണ് അമേരിക്കയുടെ ആണവ പരീക്ഷണ പരിപാടി ആരംഭിക്കുന്നത്.

മാൻഹാട്ടൻ പ്രോജക്ട് എന്നായിരുന്നു ഈ പരിപാടിയുടെ പേര്.

പക്ഷേ, കാര്യങ്ങൾ ഐൻസ്റ്റൈൻ ആഗ്രഹിച്ചതുപോലെയല്ല നടന്നത്. അമേരിക്ക അണുബോംബ് നിർമ്മിച്ചു. രണ്ടാംലോക യുദ്ധത്തിന്റെ ഒടുവിൽ അമേരിക്ക ഹിരോഷിമയിലും നാഗസാക്കിയിലും അണുബോംബിട്ടു.

രണ്ട് ലക്ഷത്തിലധികം പേർ മരിച്ചു.

ഇതറിഞ്ഞ ഐൻസ്റ്റൈൻ അങ്ങേയറ്റം ദുഃഖിതനായി. ജപ്പാൻ കീഴടങ്ങാൻ തയ്യാറായിരുന്നു. എന്നിട്ടും അവരുടെ മേൽ ബോംബിട്ടത് ശരിയായില്ല എന്ന് ഐൻസ്റ്റൈൻ കരുതി.

അമേരിക്കൻ ആണവ പരീക്ഷണ പരിപാടിയുടെ ചുമതലക്കാരനായിരുന്നു ഓപ്പൺ ഹൈമർ. അദ്ദേഹത്തിനും കാര്യങ്ങൾ ഇങ്ങനെ പര്യവസാനിച്ചതിൽ കടുത്ത വ്യസനം തോന്നി.

ഐൻസ്റ്റൈൻ ഓപ്പൺ ഹൈമറുമായി ചേർന്ന് ഒരു യുദ്ധവിരുദ്ധ പ്രസ്ഥാനത്തിന് രൂപംകൊടുത്തു. ഇതിനായി കാനഡയിലെ പുഗ്‌വാഷ് എന്ന ഗ്രാമത്തിൽ വച്ച് അദ്ദേഹം ശാസ്ത്രജ്ഞരുടെ ഒരു യോഗം വിളിച്ച് ചേർത്തു.

യുദ്ധത്തിനെതിരായ ശാസ്ത്രസമ്മേളനം.

സമാധാനകാംക്ഷികളായ ശാസ്ത്രജ്ഞരുടെ സമ്മേളനം.

ഈ പ്രസ്ഥാനം പുഗ്‌വാഷ് പ്രസ്ഥാനം എന്നാണറിയപ്പെട്ടത്.

ഇതോടുകൂടി അമേരിക്കയിലും ഐൻസ്റ്റൈന് ശത്രുക്കൾ ഉണ്ടായി.

കമ്യൂണിസ്റ്റ് സഹയാത്രികനായ ഐൻസ്റ്റൈനെ നാടുകടത്തണമെന്ന് അക്കാലത്ത് ഫിലാഡൽഫിയായിലെ ഒരു പത്രം എഴുതി.

ഇതേത്തുടർന്നാണ് അമേരിക്കയിലെ സെനറ്ററായിരുന്ന ജോ മക്കാർത്തിയുടെ നേതൃത്വത്തിൽ അവിടെ കമ്യൂണിസ്റ്റ് വേട്ട ആരംഭിച്ചത്. ഐൻസ്റ്റൈൻ കമ്യൂണിസ്റ്റ് വേട്ടയ്ക്ക് എതിരായിരുന്നു കമ്യൂണിസ്റ്റുകാർ എല്ലാവരും റഷ്യയുടെ ചാരന്മാരാണ് എന്ന് ആരോപിച്ച് അറസ്റ്റ് ചെയ്ത് പീഡിപ്പിച്ച് കൊല്ലുകയായിരുന്നു പരിപാടി. അമേരിക്കയിൽ ഐൻസ്റ്റൈന് എതിരെയും രൂക്ഷമായ വിമർശനം ഉയർന്നു.

റഷ്യയ്ക്ക് വേണ്ടി ചാരവൃത്തി നടത്തി എന്നാരോപിച്ച് കമ്യൂണിസ്റ്റുകാരായ ഒരു ഭർത്താവിനെയും ഭാര്യയെയും പൊലീസ് അറസ്റ്റ് ചെയ്തു.

റോസൻ ബർഗ്ഗ് ദമ്പതികൾ.

അവരെ മരണശിക്ഷയ്ക്ക് വിധിച്ചു.

ശിക്ഷ ഇളവ് ചെയ്യണമെന്നാവശ്യപ്പെട്ട് ഐൻസ്റ്റൈൻ പ്രസിഡന്റ് റൂസ്‌വെൽട്ടിന് കത്തെഴുതി. ഐൻസ്റ്റൈന്റെ ആവശ്യം റൂസ്‌വെൽറ്റ് പരിഗണിച്ചില്ല.

റോസമൻ ബർഗ്ഗ് ദമ്പതികളെ വൈദ്യുതി കസേരയിലിരുത്തി കൊന്നു.

മക്കാർത്തിയുടെ ഈ പ്രവർത്തന ശൈലി മക്കാർത്തിയിസം എന്നറിയപ്പെടുന്നു. മക്കാർത്തിയിസത്തിനെതിരായ യുദ്ധത്തിൽ ഐൻസ്റ്റൈൻ മുന്നിൽ നിന്ന് പോരാടി.

1948 ൽ പലസ്തീൻ വിഭജിച്ച് പലസ്തീൻ, ഇസ്രയേൽ എന്ന രണ്ട് രാജ്യങ്ങൾ ഉണ്ടാക്കി.

പലസ്തീന്റെ വിഭജനം ഒരു വലിയ കഥയാണ്. ആ കഥ മുഴുവൻ ഇവിടെ വിസ്തരിക്കുന്നില്ല. അത് ലോകചരിത്രം വായിച്ച് പഠിക്കേണ്ടതാണ്.

ഒരു കാര്യം മാത്രം പറയാം.

പലസ്തീൻ അറബ് രാഷ്ട്രമായിരുന്നു.

ഇസ്രായേൽ ജൂതരാഷ്ട്രവും.

എന്താ ആ സംഭവത്തിന് ഐൻസ്റ്റൈന്റെ കഥയിലുള്ള പങ്ക് എന്നറിയാമോ?

ഐൻസ്റ്റൈനെ ഇസ്രായേലിന്റെ പ്രസിഡന്റാകാൻ ക്ഷണിച്ചു. ഇസ്രായേൽ ജൂതരാഷ്ട്രമാണല്ലോ? ഐൻസ്റ്റൈൻ ജൂതനും. സ്വാഭാവികമായും ലോകത്ത് ജീവിച്ചിരിക്കുന്ന ഏറ്റവും മഹാനായ ജൂതനെത്തന്നെ ഇസ്രായേലിന്റെ പ്രസിഡന്റായി അവർ ക്ഷണിച്ചു.

പക്ഷേ, ഐൻസ്റ്റൈൻ ആ ക്ഷണം നിരസിച്ചു.

അദ്ദേഹം പറഞ്ഞു.

രാഷ്ട്രീയം ക്ഷണനേരത്തേക്കുള്ളതാണ്. എന്നാൽ സമീകരണം അനന്തകാലത്തേക്കുള്ളതാണ്.

സമീകരണങ്ങൾ എന്നാൽ ശാസ്ത്രസമവാക്യങ്ങൾ.

ഐൻസ്റ്റൈന്റെ തീരുമാനം ശരിയായിരുന്നെന്ന് കാലം തെളിയിക്കുന്നു. ഹിറ്റ്ലറുടെ ഫാസിസത്തേക്കാൾ ഒട്ടും കുറവല്ല; ജൂതരാഷ്ട്രീയത്തിന്റെ തീവ്രവാദവും. ആഗോളതലത്തിൽ ഇന്നത് സിയോണിസം എന്നാണറിയപ്പെടുന്നത്.

ഇസ്രായേലിലെ സിയോൻ കുന്നുകളിലാണതിന്റെ ഉത്ഭവം. അതുകൊണ്ടാണ് ആ പേര് വന്നത്.

നമുക്ക് ആ കഥയിലേക്ക് പോകണ്ട.

ഐൻസ്റ്റൈൻ ഒരു കമ്യൂണിസ്റ്റായിരുന്നില്ല.

എന്നാൽ അദ്ദേഹം ഒരു സോഷ്യലിസ്റ്റ് വ്യവസ്ഥിതി സ്വപ്നം കണ്ടിരുന്നു. യുദ്ധം ഇല്ലാതാക്കുന്ന, എല്ലാ മനുഷ്യർക്കും തുല്യത ഉറപ്പ് വരുത്തുന്ന ഒരു ലോകം ഉണ്ടാകണമെന്ന് ആഗ്രഹിച്ചിരുന്നു.

1955 ഏപ്രിൽ 18 ന് ആ മഹാപ്രതിഭ പ്രിൻസ്റ്റണിൽ നിര്യാതനായി.

6

പ്രകാശത്തിന്റെ മറിമായങ്ങൾ ആപേക്ഷികതാ സിദ്ധാന്തത്തിൽ

ആപേക്ഷികതാ സിദ്ധാന്തത്തിലൂടെ ഐൻസ്റ്റൈൻ എന്താണ് പറഞ്ഞത്?

1905 ൽ ഐൻസ്റ്റൈൻ മൂന്ന് പ്രബന്ധങ്ങളാണ് എഴുതിയതെന്ന് നേരത്തേ പറഞ്ഞല്ലോ? ഇവയിൽ മൂന്നാമത്തേതാണ് ആപേക്ഷികതാ സിദ്ധാന്തം. ആദ്യത്തെ രണ്ടെണ്ണം പ്രകാശ വൈദ്യുതി പ്രഭാവത്തിന്റെയും ബ്രൗണിയൻ ചലനത്തിന്റെയും വിശദീകരണമായിരുന്നുവെന്നും നേരത്തേ പറഞ്ഞു.

സവിശേഷ ആപേക്ഷികതാ സിദ്ധാന്തമാണ് 1905 ലെ പ്രബന്ധത്തിൽ ഐൻസ്റ്റൈൻ വിശദീകരിച്ചത്.

ന്യൂട്ടന്റെ ബലതന്ത്രത്തിന്റെ പരിമിതി മറികടക്കുകയായിരുന്നു ആപേക്ഷികതാ സിദ്ധാന്തത്തിലൂടെ ഐൻസ്റ്റൈൻ ചെയ്തതെന്ന് ആദ്യം പറയാം.

അങ്ങനെയാണ് നമുക്കത് വിശദീകരിക്കാൻ എളുപ്പം.

എന്തായിരുന്നു ന്യൂട്ടണും ഐൻസ്റ്റൈനും തമ്മിലുള്ള വ്യത്യാസം?

പ്രകാശത്തെക്കുറിച്ച് മൂന്ന് കാര്യങ്ങളാണ് ഐൻസ്റ്റൈൻ പറഞ്ഞത്.

ശൂന്യതയിലെ പ്രകാശവേഗം സ്ഥിരമാണ്. ആര് എങ്ങനെ അളന്നാലും അതിന് മാറ്റമില്ല. ഇതാണ് ഒന്നാമത്തെ സംഗതി.

രണ്ടാമത്തെ കാര്യം എന്താണെന്നോ? ശൂന്യതയിലെ പ്രകാശവേഗത പരമമാണ്. അതായത് അതിനേക്കാൾ കൂടിയ വേഗതയിൽ ഒന്നിനും സഞ്ചരിക്കാനാവില്ല.

ഈ രണ്ട് കാര്യങ്ങളും ന്യൂട്ടന്റെ സിദ്ധാന്തത്തിൽ ഉണ്ടായിരുന്നില്ല.

പക്ഷേ, ഇവിടെ നമ്മുടെ ചോദ്യം മറ്റൊന്നാണ്. മേല്പറഞ്ഞ രണ്ട് കാര്യങ്ങളും ഐൻസ്റ്റീൻ എങ്ങനെയാണ് കണ്ടെത്തിയത്? എന്താണവ

യുടെ തെളിവ്?

പ്രകാശവേഗത സ്ഥിരമാണ് എന്ന നിഗമനത്തിൽ എത്തിയത് മൈക്കൽസൺ-മോർലി പരീക്ഷണത്തിൽ നിന്നാണ്. ഈ പരീക്ഷണം എന്താണെന്ന് നേരത്തേ വിശദീകരിച്ചിട്ടുണ്ടല്ലോ?

ഭൂമിയുടെ സഞ്ചാരത്തിന് അഭിമുഖമായും അതിന് ലംബമായും സഞ്ചരിക്കുന്ന രണ്ട് പ്രകാശ കിരണങ്ങളുടെ വേഗത അളന്നപ്പോൾ രണ്ടിനും ഒരേ വേഗത എന്ന് കണ്ടു. ഇതെന്തുകൊണ്ട് എന്ന ചോദ്യത്തിന്റെ ഉത്തരമായാണ് ഫിറ്റ്സ്ജെറാൾഡ് സങ്കോചം എന്ന ആശയം വന്നതെന്നും കണ്ടു.

പക്ഷേ, ഐൻസ്റ്റൈൻ മറ്റൊന്നാണ് പറഞ്ഞത്. ഈഥർ എന്ന സങ്കല്പം ഒരു അധികപ്പറ്റാണ് എന്ന് അദ്ദേഹം പറഞ്ഞു.

ഈഥറിനെ മാറ്റി നിർത്തിയാൽ പിന്നെന്താണ് ഉള്ളത്?

"സ്വതന്ത്രമായി സഞ്ചരിക്കുന്ന ഏതൊരാൾക്കും ശാസ്ത്രത്തിലെ നിയമങ്ങളെല്ലാം ഒരേപോലെ അനുഭവപ്പെടും." എന്നൊരു തത്ത്വം മുന്നോട്ടു വച്ചു.

അതുകൊണ്ടെന്താ നേട്ടം?

പ്രകാശവേഗത സ്ഥിരമാണ് എന്നത് ഒരു അടിസ്ഥാന തത്ത്വമായി സ്വീകരിച്ചു. അതെല്ലാവർക്കും ഒരേപോലെ അനുഭവപ്പെടും.

മൈക്കൽസൺ-മോർലി പരീക്ഷണ ഫലത്തെ ഇതിനേക്കാൾ ലളിതമായി വിശദീകരിക്കാനാവില്ല.

മൈക്കൽസൺ-മോർലി പരീക്ഷണം മാത്രമല്ല; മാക്സ്വെല്ലിന്റെ വിദ്യുത്കാന്തിക സിദ്ധാന്തവും കൂടി ഐൻസ്റ്റൈൻ ഇതിനുപയോഗിച്ചു.

ഇത് വിശദീകരിക്കുവാൻ ഒരു സാങ്കല്പിക ബഹിരാകാശ വാഹനത്തെ ഉദാഹരിക്കാം. ഭൂമിയിൽനിന്ന് സെക്കന്റിൽ ഒരുലക്ഷം കിലോമീറ്റർ വേഗതയിൽ അകന്നുപോകുന്ന ഒരു വാഹനം അതിൽ പ്രകാശിക്കുന്ന ഒരു വൈദ്യുത ബൾബ് ഉണ്ട് എന്നു വിചാരിക്കുക. ഈ ബൾബിൽ നിന്നുള്ള പ്രകാശത്തിന്റെ വേഗത മൂന്ന് പേർ അളക്കുന്നു എന്നും വിചാരിക്കണം.

ഒരാൾ ഭൂമിയിൽ ഇരുന്നുകൊണ്ട്.

മറ്റൊരാൾ അതേ ബഹിരാകാശ വാഹനത്തിൽ സഞ്ചരിച്ചുകൊണ്ട്.

മൂന്നാമത്തെയാൾ ഇപ്പോൾ നമ്മൾ പറഞ്ഞ ബഹിരാകാശവാഹനത്തിന്റെ എതിർദിശയിൽ സെക്കന്റിൽ ഒരു ലക്ഷം കിലോമീറ്റർ വേഗതയിൽ സഞ്ചരിച്ചുകൊണ്ട്.

മൂന്നുപേർക്കും കിട്ടുക ഒരേ അളവായിരിക്കും.

പ്രകാശവേഗത സെക്കന്റിൽ 299792.458 കിലോമീറ്റർ.

സാമാന്യയുക്തിക്ക് നിരക്കുന്നതല്ല ഈ നിഗമനം എന്ന് വിശേഷിച്ച് പറയേണ്ടതില്ലല്ലോ? ഈ നിഗമനത്തിന്റെ അടിസ്ഥാനത്തിൽ ഐൻസ്റ്റൈൻ എത്തിച്ചേർന്ന ഗണിതഫലങ്ങൾ ഇതിനേക്കാൾ വിചിത്രങ്ങളായിരുന്നു.

ഒന്നാമത്തെ നിഗമനം ഒരു വസ്തുവിന്റെ നീളം അതിന്റെ ആപേക്ഷിക ചലനാവസ്ഥയെ ആശ്രയിച്ചിരിക്കും എന്നായിരുന്നു.

വല്ലതും മനസ്സിലായോ?

നേരത്തെ പറഞ്ഞ ഫിറ്റ്സ്ജെറാൾഡ് സങ്കോചം തന്നെ. നിരീക്ഷകനെ അപേക്ഷിച്ച് അതിവേഗം ചലിക്കുന്ന ഒരു വസ്തുവിന് ചലനദിശയിൽ നീളം കുറയുന്നു.

ഈഥറിന്റെ സാന്നിദ്ധ്യം ഉറപ്പിക്കാനാണ് ഈ സിദ്ധാന്തം ആദ്യം പറഞ്ഞത്. പക്ഷേ, ഈഥർ അധികപ്പറ്റാണെങ്കിലോ?

സംഗതി മാറും.

ഈ സങ്കോചം ഗണിത സമവാക്യങ്ങൾ ഉപയോഗിച്ചാണ് തെളിയിച്ചിട്ടുള്ളത്. സങ്കീർണ്ണമായ ആ ഗണിത സമവാക്യം ഇവിടെ വിശദീകരിക്കുന്നില്ല. കൂടുതൽ ഉയർന്ന പഠനത്തിലൂടെയേ നിങ്ങൾക്കത് മനസ്സിലാകൂ.

പ്രകാശത്തിന്റെ വേഗതയുടെ പകുതി വേഗതയിൽ സഞ്ചരിക്കുമ്പോൾ വസ്തുവിന്റെ നീളം 15% കുറയുന്നു. പ്രകാശത്തിന്റെ വേഗതയുടെ 90% വേഗത്തിൽ സഞ്ചരിക്കുമ്പോൾ വസ്തുവിന്റെ നീളം പകുതിയായി കുറയുന്നു. പ്രകാശവേഗതയിൽ സഞ്ചരിച്ചാൽ വസ്തുവിന്റെ നീളം പൂജ്യമാകുന്നു.

വസ്തുവിന് നീളമില്ല; എന്നർത്ഥം.

യഥാർത്ഥത്തിൽ ഉള്ള ഒരു വസ്തുവിന് നീളം ഇല്ലാതെ വരുമോ? സാമാന്യബുദ്ധിക്ക് നിരക്കാത്ത ഒരു നിഗമനമാണിത്. പക്ഷേ, ഇതിനേക്കാൾ വിചിത്രമാണ് ഇതിന്റെ അടുത്ത പടിയിലുള്ള ചോദ്യം. അതിങ്ങനെയാണ്:

പ്രകാശവേഗതയിൽ സഞ്ചരിക്കുന്ന വസ്തുവിന്റെ നീളം പൂജ്യമാണെങ്കിൽ വസ്തു പ്രകാശവേഗതയേക്കാൾ കൂടിയ വേഗതയിൽ സഞ്ചരിച്ചാലോ?

വസ്തുവിന്റെ നീളം നെഗറ്റീവ് സംഖ്യയാകും.

പമ്പര വിഡ്ഢിത്തം.

അതെ. വിഡ്ഢിത്തം.

ഒരു വസ്തുവിന്റേയും നീളം നെഗറ്റീവ് സംഖ്യയാവില്ല. ഇക്കാര്യം നാം മുമ്പൊരിക്കൽ പറഞ്ഞതാണ്. അതിന്റെ തുടർച്ച പിന്നീട് പറയാമെന്നും പറഞ്ഞിരുന്നു. ഇനി മേല്പറഞ്ഞ വാക്യത്തിന്റെ അർത്ഥമെന്താണെന്ന് നോക്കൂ. ഒരു വസ്തുവിനും പ്രകാശവേഗതയെക്കാൾ കൂടിയ വേഗതയിൽ സഞ്ചരിക്കാനാവില്ലെന്നാണ് അതിന്റെയർത്ഥം. അങ്ങനെ പ്രകാശ വേഗതയെന്നത് പരമമായ ഒന്നാകുന്നു. അതായത് മറ്റൊന്നിനും അതിനെ മറികടക്കാനാവില്ല.

ഇതാണ് ഒന്നാമത്തെ ഭാഗം.

രണ്ടാമത്തെ വസ്തുത കുറേക്കൂടി വിചിത്രമാണ്. ഐൻസ്റ്റൈൻ പറഞ്ഞു; സമയം ചലനാവസ്ഥയെ ആശ്രയിച്ചാണിരിക്കുന്നത്. ചലിക്കുന്ന

ക്ലോക്കിലെ ഒരു സെക്കന്റ് നിരീക്ഷകന്റെ ക്ലോക്കിലെ ഒന്നിലേറെ സെക്കന്റുകൾക്ക് തുല്യമായിരിക്കും.

മനസ്സിലായില്ല; അല്ലേ?

അതിവേഗം ചലിക്കുന്ന ഒരു വസ്തുവിൽ സമയം പതുക്കയെ ഒഴുകൂ. നീളം കുറയുമ്പോൾ സമയം വലിഞ്ഞു നീളുന്നു.

തീർച്ചയായും അതെങ്ങനെ എന്ന് ചോദിക്കാതെ വയ്യല്ലോ?

സമയം ചലനാവസ്ഥയെ ആശ്രയിക്കുന്നു എന്ന വാക്യത്തിന്റെ അർത്ഥമെന്താണ്?

ചലനമില്ലെങ്കിൽ സമയമില്ല എന്നാണോ?

ചലിക്കാൻ ഒന്നുമില്ലെങ്കിൽ സമയമില്ല എന്ന് പറഞ്ഞാലോ?

സമയത്തിന്റെ യൂണിറ്റുകൾ പറഞ്ഞുനോക്കൂ.

ദിവസം സമയത്തിന്റെ ഒരു യൂണിറ്റാണ്.

ആഴ്ച, മാസം, വർഷം ഒക്കെ സമയത്തിന്റെ വിവിധ യൂണിറ്റുകളാണ്. മണിക്കൂർ, മിനിട്ട്, സെക്കന്റ് ഇവയൊക്കെയും സമയത്തിന്റെ യൂണിറ്റുകൾ തന്നെ.

ശരി; എന്താണ് ദിവസം?

ഭൂമിക്ക് സ്വന്തം അക്ഷത്തിൽ ഒരു തവണ ഭ്രമണം ചെയ്യാനുള്ള സമയം.

ഒരു വർഷം എന്ന് പറഞ്ഞാലോ?

ഭൂമിക്ക് സൂര്യനെ ഒന്ന് പ്രദക്ഷിണം ചെയ്യാനുള്ള സമയം.

സെക്കന്റ്, മിനിട്ട്, മണിക്കൂർ തുടങ്ങിയ സമയത്തിന്റെ ഏകകങ്ങളെ നിങ്ങൾക്ക് പറ്റുന്ന രീതിയിൽ നിർവ്വചിച്ചുനോക്കൂ.

ഏതെങ്കിലും ഒരു വസ്തുവിന്റെ ചലനവുമായി ബന്ധപ്പെടുത്തിയല്ലാതെ അത് പറയാനാവില്ല.

അപ്പോൾ ചലനവും ചലിക്കാനുള്ള വസ്തുവും ഇല്ലെങ്കിൽ സമയമില്ല എന്നർത്ഥം.

ഇതൊരു വശം. ചലിക്കുന്ന വസ്തുവിൽ സമയത്തിന്റെ ഒഴുക്ക് പതുക്കെയാകും എന്ന് പറയുന്നതിന് വേറെ ഒരർത്ഥം കൂടിയുണ്ട്.

കുറച്ചുകൂടി സങ്കീർണ്ണമായ ഒരർത്ഥം.

മനസ്സിലാക്കാൻ കുറച്ച് വിഷമമുള്ള കാര്യമാണ്.

നിങ്ങൾക്ക് മനസ്സിലാകുന്നത്രയും ഭാഗം പറയാം.

ബാക്കി കൂടുതൽ പഠനത്തിലൂടെ മനസ്സിലാക്കൂ.

ഒരു ബഹിരാകാശ പേടകം സങ്കല്പിക്കുക. അത് ഒരു സെക്കന്റിൽ 240,000 കിലോമീറ്റർ വേഗതയിൽ സഞ്ചരിക്കുന്നു എന്ന് കരുതുക. അതിൽ ഒരു വിളക്ക് ഉണ്ട്. വിളക്കിന് മുകളിൽ 30 സെന്റീമീറ്റർ അകലത്തിൽ ഒരു കണ്ണാടിയുണ്ട്.

എന്ത് സംഭവിക്കും?

എന്ത് സംഭവിക്കാൻ; പ്രകാശം കണ്ണാടിയിൽ തട്ടി തിരികെ പ്രതിഫലിക്കും. വാഹനത്തിനുള്ളിലിരിക്കുന്ന ഒരു സഞ്ചാരി ഈ പ്രകാശ

കിരണത്തിന്റെ യാത്രയെ എങ്ങനെയായിരിക്കും ചിത്രം ഒന്ന് കാണുക!

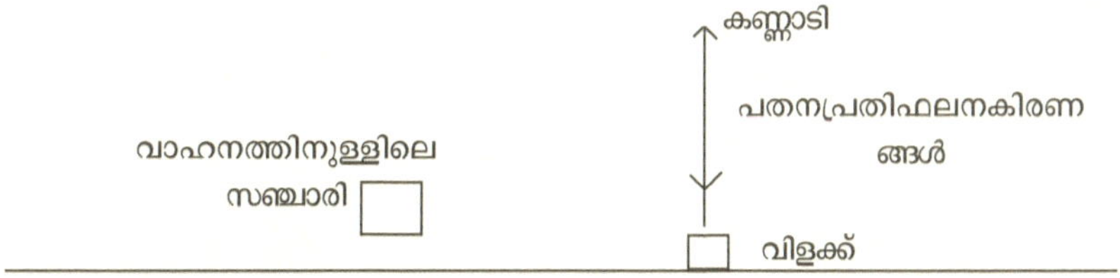

ചിത്രം ഒന്ന്

ഈ പ്രവർത്തനം ഇങ്ങനെയായിരിക്കും.

വിളക്കിൽ നിന്ന് പ്രകാശ കിരണം പുറപ്പെട്ടു. കണ്ണാടിവരെയെത്താൻ എത്ര സമയം വേണം. ഒരു നാനോ സെക്കന്റ്. കാരണം, പ്രകാശം ഒരു സെക്കന്റിൽ മൂന്ന് ലക്ഷം കിലോമീറ്റർ സഞ്ചരിക്കും. ഒരു നാനോ സെക്കന്റുകൊണ്ട് മുപ്പത് സെന്റീമീറ്റർ സഞ്ചരിക്കും.

ഒരു നാനോസെക്കന്റ് എന്നാൽ എത്രയാണ്?

ഒരു സെക്കന്റിന്റെ നൂറ് കോടിയിൽ ഒരംശം.

മുപ്പത് സെന്റീമീറ്റർ എന്നത് മൂന്നുലക്ഷം കിലോമീറ്ററിന്റെ നൂറ് കോടിയിൽ ഒരംശമാണല്ലോ?

ശരി; ഈ കിരണത്തിന് പ്രതിഫലിച്ച് തിരികെ വിളക്കിലെത്താനും ഇത്രയും സമയം വേണം.

അപ്പോൾ ആകെ എത്രയായി?

രണ്ട് നാനോ സെക്കന്റ്.

അത്രയും ശരി. ഇനി ഇതേ പ്രവർത്തനം, ഇതേ സമയത്ത് വാഹനത്തിന് പുറത്തുള്ള ഒരാൾ നിരീക്ഷിക്കുന്നു എന്ന് വിചാരിക്കുക.

എങ്ങനെയായിരിക്കും അയാൾ അത് കാണുന്നത്?

ചിത്രം രണ്ടിൽ കാണുന്നത് പോലെയായിരിക്കും.

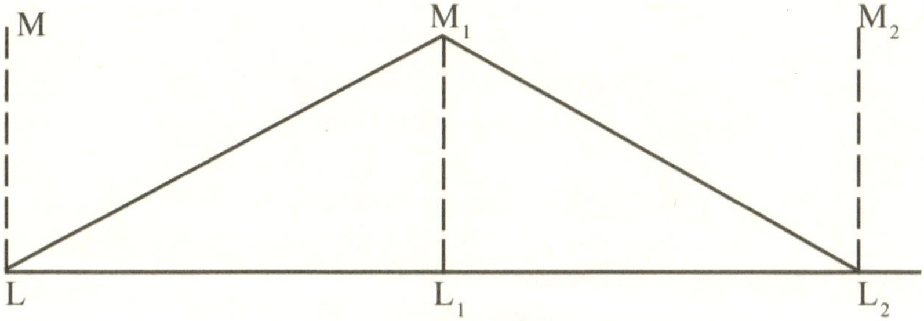

ചിത്രം രണ്ട്

ഇല്ലെങ്കിൽ വിശദീകരിക്കാം.

L എന്ന സ്ഥാനത്താണ് വിളക്ക്. M എന്ന സ്ഥാനത്ത് കണ്ണാടിയും. അകലം പഴയത് തന്നെ 30 സെന്റീമീറ്റർ. ഇത്രയും ദൂരം സഞ്ചരിക്കാൻ പ്രകാശത്തിന് ഒരു നാനോസെക്കന്റ് സമയം വേണം.

പക്ഷേ, വാഹനത്തിനുള്ളിലെ നിരീക്ഷകൻ കാണുന്നത് പോലെ യല്ല ഈ പ്രവർത്തനം വാഹനത്തിന് വെളിയിലുള്ള നിരീക്ഷകൻ കാണുന്നത്.

എന്താണ് വ്യത്യാസം?

പ്രകാശം വിളക്ക് മുതൽ കണ്ണാടിവരെ എത്താൻ എടുത്ത t സമയംകൊണ്ട് വാഹനം ഒന്നാകെ കുറച്ചുദൂരം മുന്നോട്ടുപോയിരിക്കും.

ശരിയല്ലേ?

അതെ. സമയം 1 2/3 നാനോ സെക്കന്റ് എന്നും വാഹനം സഞ്ചരിച്ച ദൂരം 40 സെന്റിമീറ്റർ എന്നും വിശദമായ കണക്കുകൂട്ടലിൽ കിട്ടും.

$(LM)^2 = 302 + (vt)^2$

ഇത്

$c^2 t^2 = 30^2 + (vt)^2$

ഇതിൽ C പ്രകാശത്തിന്റെ പ്രവേഗവും v റോക്കറ്റിന്റെ പ്രവേഗവും t സമയവുമാണ്. ഈ കണക്കുകൂട്ടൽ പൂർത്തിയാക്കിയാൽ t=5/3 സെക്കന്റ് എന്നും $LL_1=40$ സെന്റീമീറ്റർ എന്നും കിട്ടും. അങ്ങനെ വന്നാൽ പൈഥഗോറസ് സിദ്ധാന്തം അനുസരിച്ച് LM_2 50 സെന്റീമീറ്റർ എന്നുവരും.

അതുകൊണ്ട് വിളക്കിൽ നിന്നുള്ള പ്രകാശം നേരേ മുകളിലേക്ക് സഞ്ചരിച്ചാൽ കണ്ണാടിയിൽ എത്തുകയില്ല. അപ്പോഴേക്കും വിളക്കും കണ്ണാടിയും എല്ലാം 40 സെന്റീമീറ്റർ മുന്നോട്ട് നീങ്ങിയിരിക്കും. അവ യഥാക്രമം ചിത്രത്തിലെ L1, M1 എന്നീ സ്ഥാനങ്ങളിൽ എത്തും. അതായത് പ്രകാശകിരണം ഒരു മട്ട ത്രികോണത്തിലെ കർണ്ണത്തിന്റെ പാതയിലൂടെ സഞ്ചരിക്കും.

ഇനി കണ്ണാടിയിൽ തട്ടി തിരികെ വിളക്കിലേക്ക് പ്രതിഫലിക്കണമെങ്കിലോ? അപ്പോഴും മുൻപറഞ്ഞ മാറ്റം സംഭവിക്കും. പുറത്തുനിന്നുള്ള നിരീക്ഷകൻ പതന കിരണവും പ്രതിഫലന കിരണവും ചേർന്ന് ഒരു മീറ്റർ സഞ്ചരിക്കുന്നതായി കാണും.

അയാൾ പ്രകാശത്തിന്റെ വേഗത അളക്കുന്നത് എങ്ങനെയായിരിക്കും?

ഒരു നാനോ സെക്കന്റുകൊണ്ട് പ്രകാശം 30 സെന്റീമീറ്റർ സഞ്ചരിക്കുമെന്ന് പറഞ്ഞു. അപ്പോൾ ഒരു മീറ്റർ സഞ്ചരിക്കാൻ എത്ര സമയം വേണം?

1 മീറ്റർ/30 സെ.മീ =100 സെ.മീ/30 സെ. മീ=3.33 നാനോ സെക്കന്റ്.

ഇനി ഈ രണ്ട് പ്രവർത്തനങ്ങളും ഒരേസമയം രണ്ടുപേർ കാണുന്നത്. ഒരാൾ 2 നാനോ സെക്കന്റുകൊണ്ട് പ്രകാശം 60 സെന്റീമീറ്റർ സഞ്ചരിക്കുന്നതായി കാണുന്നു. മറ്റൊരാൾ 3.33 നാനോ സെക്കന്റ്

കൊണ്ട് പ്രകാശ കിരണം 100 സെന്റീമീറ്റർ സഞ്ചരിക്കുന്നതായി കാണുന്നു.

ഒരേ സംഭവത്തെ രണ്ടുപേരും രണ്ടുവിധത്തിൽ കാണുന്നു എന്നർത്ഥം. ഇതിനെ നമുക്ക് ഇങ്ങനെ വ്യാഖ്യാനിച്ചുകൂടേ?

വാഹനത്തിന് വെളിയിലുള്ള ആളിന്റെ വാച്ചിലെ 3.33 നാനോ സെക്കന്റ് വാഹനത്തിന് ഉള്ളിലുള്ളയാളിന്റെ രണ്ട് സെക്കന്റിന് തുല്യ മാണ്.

അതായത് വാഹനത്തിനുള്ളിൽ സമയം പതുക്കെ സഞ്ചരിക്കുന്നു.

നമ്മൾ ഇപ്പറഞ്ഞ കണക്ക് ബഹിരാകാശ വാഹനം സെക്കന്റിൽ 240,000 കിലോമീറ്റർ വേഗതയിൽ സഞ്ചരിക്കുമ്പോഴാണ്. അത് പ്രകാശ ത്തിന്റെ വേഗതയ്ക്ക് തുല്യമായ സെക്കന്റിൽ മൂന്നു ലക്ഷം കിലോമീ റ്റർ എന്ന വേഗതയിൽ സഞ്ചരിച്ചാലോ?

അവിടെ സമയം അനുഭവപ്പെടുകയേയില്ല എന്നുവരും.

ഇനി വീണ്ടും ഒരു ചോദ്യം ചോദിക്കാം.

ബഹിരാകാശ വാഹനം പ്രകാശവേഗതയേക്കാൾ കൂടിയ വേഗത യിൽ സഞ്ചരിച്ചാലോ?

സമയം പുറകോട്ട് പോകും.

"ഞങ്ങൾ അരമണിക്കൂർ മുമ്പേ ഇറങ്ങി; വേണമെങ്കിൽ ഒരു മണി ക്കൂർ മുമ്പേ ഇറങ്ങാം." എന്നൊരു വാക്യം ഒരു സിനിമയിൽ കേട്ടതായി ഓർക്കുന്നു. അങ്ങനെ ചെയ്യണമെങ്കിൽ അവരുടെ സമയം പുറകോട്ട് സഞ്ചരിക്കണം.

എട്ട് മണിക്ക് പുറപ്പെട്ടവർ ഒരു മിനിട്ട് കഴിയുമ്പോൾ ഏഴുമണി കഴിഞ്ഞ് അമ്പത്തൊമ്പത് മിനിട്ടാകും. ഒരു മണിക്കൂർ കഴിയുമ്പോൾ ഏഴ് മണിയാകും. ഒരു ദിവസം കഴിയുമ്പോഴോ?

സംഭവങ്ങൾ തലേ ദിവസമാകും.

അത്ഭുതം അല്ലേ?

ജോർജ്ജ് ഗാമോവ് എഴുതിയ ഒന്ന്, രണ്ട്, മൂന്ന് അനന്തം എന്നൊരു പുസ്തകമുണ്ട്. അതിന്റെ മലയാള പരിഭാഷ ലഭ്യമാണ്. അതിൽ ഇക്കാര്യം വിശദമാക്കുന്ന ഒരു ആപേക്ഷികതാ ഗാനം കൊടുത്തിരിക്കു ന്നു. അതിങ്ങനെയാണ്:

"ശോഭയെന്നൊരു കന്യ പ്രകാശത്തെക്കാളൊ
ട്ടേറെ വേഗത്തിൽ യാത്ര ചെയ്യുമായിരുന്നത്രേ
ഒരു നാളവൾ ഐൻസ്റ്റൈൻ രീതിയിൽ പുറപ്പെട്ടാൾ
തിരിച്ചു വീടെത്തിനാളത്ഭുതം, തലേ രാവിൽ."

(ഒന്ന്. രണ്ട്, മൂന്ന്, അനന്തം ജോർജ്ജ് ഗാമോവ്. പരിഭാഷ: പ്രൊഫ. കെ ഗോപാലകൃഷ്ണൻ നായർ, പ്രസാധനം: കേരള ഭാഷാ ഇൻസ്റ്റി റ്റ്യൂട്ട്, തിരുവനന്തപുരം)

ഇത് സാദ്ധ്യമാകുമോ?

സാദ്ധ്യമല്ല. കാരണം ഒരു വസ്തുവിനും പ്രകാശത്തേക്കാൾ കൂടിയ വേഗതയിൽ യാത്ര ചെയ്യാനാവില്ല.

ഇനി ഐൻസ്റ്റൈന്റെ മൂന്നാമത്തെ നിഗമനം പറയാം.

സമയവും നീളവും മാത്രമല്ല. വസ്തുക്കളുടെ പിണ്ഡ (Mass)വും ചലനാവസ്ഥയെ ആശ്രയിച്ചാണിരിക്കുന്നത്. ചലന വേഗത കൂടുമ്പോൾ പിണ്ഡം കൂടുന്നു.

എത്ര കൂടും?

അനന്തമായി കൂടും.

പരീക്ഷണശാലയിൽ കണികാ ത്വരക ഉപകരണങ്ങൾ ഉപയോഗിച്ചാണ് ഈ സിദ്ധാന്തം തെളിയിക്കുന്നത്.

പ്രകാശവേഗതയുടെ 94% വേഗതയിൽ സഞ്ചരിക്കുന്ന ഇലക്ട്രോ

7

സ്ഥലകാലം എന്നാൽ....

ഐൻസ്റ്റൈന്റെ ആപേക്ഷികതാ സിദ്ധാന്തത്തെക്കുറിച്ചാണ് കഴിഞ്ഞ അദ്ധ്യായത്തിൽ നമ്മൾ ചർച്ച ചെയ്തത്. പക്ഷേ, അത് മുഴുവനുമായില്ല.

രണ്ട് സുപ്രധാന വസ്തുതകൾ കൂടി ഇനിയും പറയാൻ ബാക്കിയുണ്ട്. അതിൽ ഒരെണ്ണം നിങ്ങൾക്ക് നല്ല പരിചയമുള്ളതാണ്.

ഏതാണ് എന്നല്ലേ?

$E=mc^2$

നിങ്ങൾ പലതവണ കേട്ടിട്ടുണ്ട്. വളരെ പ്രസിദ്ധമായ ഒരു സമവാക്യമാണിത്.

ശരി; എന്താണിതിന്റെയർത്ഥം?

E എന്നാൽ ഊർജ്ജം (energy) ആണ്. m എന്നാൽ വസ്തുവിന്റെ പിണ്ഡം (mass). C പ്രകാശവേഗതയാണ്. ആദ്യം പറഞ്ഞ രണ്ടും ഓരോ വസ്തുവിനും ഓരോ വ്യത്യസ്ത അളവിലായിരിക്കും. അവസാനം പറഞ്ഞ'C' അങ്ങനെയല്ല. എല്ലാത്തിനും തുല്യമായിരിക്കും.

സ്ഥിരാങ്കം എന്ന് വിളിക്കാം.

ഇത് ശൂന്യതയിലെ പ്രകാശ പ്രവേഗമാണ്. 2.9979×10^8 മീ/സെക്കന്റ് എന്ന് എളുപ്പത്തിൽ എഴുതുക. നേരത്തേ പറഞ്ഞ പ്രകാശ പ്രവേഗം ഉണ്ടല്ലോ; സെക്കന്റിൽ 299792 കിലോമീറ്റർ/സെക്കന്റ് എന്നത്? അതിനെ മീറ്റർ ആക്കിയിരിക്കുകയാണിവിടെ. നമ്മുടെ സാധാരണ അക്കത്തിൽ എഴുതിയാൽ 299792000 മീറ്റർ എന്നാണ് വരേണ്ടത്. കൂടുതൽ സ്ഥാനങ്ങളുള്ള അക്കങ്ങൾ എഴുതാനുള്ള എളുപ്പത്തിനാണല്ലോ നമ്മൾ കൃത്യങ്ക രീതി ഉപയോഗിക്കുന്നത്.

ശരി; ഇവയൊക്കെ സമീകരണത്തിലെ ചരങ്ങളുടെ വിശദാംശങ്ങൾ

എന്താണീ സമവാക്യത്തിന്റെയർത്ഥം?

ദ്രവ്യത്തെ ഊർജ്ജമാക്കി മാറ്റാം. ഊർജ്ജത്തെ ദ്രവ്യമാക്കിയും മാറ്റാം. ദ്രവ്യത്തെ ഊർജ്ജമാക്കി മാറ്റുമ്പോൾ അതിന്റെ ദ്രവ്യമാനത്തെ (mass) പ്രകാശപ്രവേഗത്തിന്റെ വർഗ്ഗംകൊണ്ട് ഗുണിക്കുന്നതിന് തുല്യമായ അത്രയും ജൂൾ ഊർജ്ജം കിട്ടും എന്നാണിതിന്റെയർത്ഥം.

ഇതിന്റെ തെളിവോ ഉദാഹരണങ്ങളോ ഇവിടെ കൂടുതലായി വിശദീകരിക്കുന്നില്ല.

ആറ്റംബോംബിൽ നമ്മളത് കണ്ടതാണ്.

ആണവനിലയത്തിൽ നിന്ന് വൈദ്യുതി ഉല്പാദിപ്പിക്കുമ്പോൾ അതിലെ ദ്രവ്യം ഊർജ്ജമായിത്തീരുകയാണ്. സൂര്യനിലും മറ്റെല്ലാ നക്ഷത്രങ്ങളിലും ഇതേ പ്രവർത്തനം സംഭവിച്ചുകൊണ്ടിരിക്കുകയാണ്.

നിങ്ങൾക്ക് ഏറെ പരിചയമുള്ള ഒരു കാര്യം എന്ന നിലയിൽ ഇവിടെ അത് വിശദീകരിച്ച് സമയം കളയുന്നില്ല.

ഐൻസ്റ്റൈന്റെ അടുത്ത നിഗമനം നമുക്ക് അങ്ങനെ മാറ്റിവയ്ക്കാനാവില്ല.

എന്താണെന്നോ?

ശ്രദ്ധിച്ച് വായിക്കണം.

സ്ഥലവും കാലവും തമ്മിൽ കൃത്യമായ വേർതിരിവില്ല. സ്ഥലവും കാലവും ചേർന്ന സ്ഥലകാലം ആണ് ഉള്ളത്.

വല്ലതും മനസ്സിലായോ?

ഇല്ല.

ശരി; മനസ്സിലാകുന്ന ഭാഷയിൽ പറയാം.

എനിക്കൊരു സുഹൃത്ത് ഉണ്ട്. സർവ്വകലാശാലയിലെ വലിയ ഉദ്യോഗസ്ഥനാണ്. അയാളുടെ വീട് എവിടെയാണെന്ന് പറഞ്ഞുതരാം.

ഗാന്ധിപ്രതിമയിൽ നിന്ന് ഒരു കിലോമീറ്റർ മുന്നോട്ടുപോയാൽ കളക്ട്രേറ്റിന് സമീപം എത്തും. അവിടെനിന്ന് ഇടത്തോട്ട് തിരിഞ്ഞ് ഇരുന്നൂറ് മീറ്റർ നടന്നാൽ ഇരുപത് നിലകളുള്ള ഒരു ഫ്ളാറ്റിന്റെ മുന്നിലെത്തും. ആ ഫ്ളാറ്റിന്റെ എട്ടാമത്തെ നിലയിലാണ് അയാൾ താമസിക്കുന്നത്.

എന്താണ് ഈ പറച്ചിലിന്റെയർത്ഥം?

നമ്മുടെ സ്ഥലം സ്ഥിതിചെയ്യുന്നത് മൂന്ന് മാനങ്ങളിലാണ്.

ഗാന്ധിപ്രതിമയിൽ നിന്ന് മുന്നോട്ട്.

കളക്ട്രേറ്റിൽ നിന്ന് ഇടത്തോട്ട്.

എട്ടാമത്തെ നിലയിൽ.

നമ്മുടെ സാധാരണ ജ്യാമിതി (geometry) ഭാഷയിൽ പറഞ്ഞാൽ നീളം, വീതി, ഉയരം.

ഇവ മൂന്നും ഉണ്ടെങ്കിൽ നമുക്ക് നമ്മുടെ സ്ഥലത്തെ ഒരു പ്രത്യേക ഇടം കൃത്യമായിപ്പറയാം.

ഒക്കെ ശരി; ഒരു അഞ്ഞൂറ് കൊല്ലം കഴിഞ്ഞ് അന്നത്തെ ഒരു കുട്ടി

യാണ് ഈ പുസ്തകം വായിക്കുന്നതെന്ന് കരുതുക.

(വെറുതെ; എന്റെ പുസ്തകം അഞ്ഞൂറ് കൊല്ലക്കാലമൊന്നും നില നില്ക്കാൻ പോകുന്നില്ല. എന്നാലും അങ്ങനെ സങ്കല്പിക്കുക.)

അഞ്ഞൂറ് കൊല്ലം കഴിഞ്ഞ് ഈ പുസ്തകം വായിക്കുന്ന ഒരാൾ ഇതിൽ പറഞ്ഞിരിക്കുന്ന വഴി അനുസരിച്ച് എന്റെ സുഹൃത്തിനെ കാണാൻ പോകുന്നു എന്നിരിക്കട്ടെ.

എന്റെ സുഹൃത്ത് അവിടെ ഉണ്ടാവില്ല എന്ന് നിശ്ചയം.

അയാളുടെ താമസസ്ഥലം അവിടെ ഉണ്ടാകുമെന്ന് ഉറപ്പുണ്ടോ?

ഇല്ല. അത് നശിച്ച് പോയിട്ടുണ്ടാവാം. പുതുക്കിപ്പണിതിട്ടുണ്ടാവാം. ആ സ്ഥലത്തിന്റെ രൂപം തന്നെ മാറിയിട്ടുണ്ടാവാം.

അപ്പോൾ എന്തുവേണം?

സുഹൃത്തിന്റെ താമസസ്ഥലം അവിടെ നിലനിന്ന കാലം ഏതാണ് എന്നുകൂടി പറയണം. സ്ഥലത്തിന്റെ നീളം, വീതി, ഉയരം എന്നിവ മാത്രം വച്ചിട്ട് ഒരു പ്രത്യേക ഇടം എവിടെയാണ് എന്ന് കൃത്യമായി പറയാനാ വില്ല. പകരം സമയംകൂടി വേണം.

സ്ഥലകാലം ത്രിമാനമല്ല. ചതുർമാനമാണ്.

വേറൊന്ന് കൂടി പറയാം.

ഇതെഴുതുമ്പോൾ എന്റെ മകൾ എട്ടാംക്ലാസ്സിൽ പഠിക്കുകയാണ്.

നാലേകാൽ വർഷംമുമ്പ് അവൾ നാലാം ക്ലാസ്സിലായിരുന്നു. അക്കൊല്ലം അവൾക്ക് സ്കൂൾ പരീക്ഷയിൽ ഒന്നാം സ്ഥാനം കിട്ടി. അവൾ സന്തോഷത്തോടെ സ്കൂളിൽ നിന്ന് വീട്ടിലേക്ക് ഓടിവന്നു.

എനിക്കത് ഇപ്പോഴും ഓർമ്മയുണ്ട്.

നാലേകാൽ കൊല്ലം മുമ്പുള്ള കാര്യമാണ്; എനിക്കത് ഭൂതകാല ത്തിൽ സംഭവിച്ചു കഴിഞ്ഞ ഒരു കാര്യം മാത്രം.

അതിലെന്താ തർക്കം?

അതിൽ തർക്കമൊന്നുമില്ല. പക്ഷേ, ബാക്കി പറയണമെങ്കിൽ വേറെ ചില കാര്യങ്ങൾ കൂടി അറിയണം.

സൂര്യൻ കഴിഞ്ഞാൽ നമ്മോട് ഏറ്റവും അടുത്ത നക്ഷത്രം ഏതാണ് എന്നൊന്ന് നോക്കൂ.

രണ്ട് നക്ഷത്രങ്ങൾ ഉണ്ട്.

ആൽഫാ സെന്റാറി

പ്രോക്സിമ സെന്റാറി

രണ്ടും ഏകദേശം നാലേകാൽ പ്രകാശവർഷം അകലെയാണ്.

വീണ്ടും ഒരു പ്രശ്നം വന്നു.

എന്താണ് പ്രകാശവർഷം?

ഒരു വർഷംകൊണ്ട് പ്രകാശം സഞ്ചരിക്കുന്ന ദൂരം.

അതെങ്ങനെ കണക്കാക്കും?

ഒരു സെക്കന്റിൽ പ്രകാശം സഞ്ചരിക്കുന്ന ദൂരം നമുക്കറിയാം.

മൂന്ന് ലക്ഷം കിലോമീറ്റർ.

അപ്പോൾ ഒരു മണിക്കൂറിലോ?

10800 ലക്ഷം കിലോമീറ്റർ. അഥവാ നൂറ്റിയെട്ടുകോടി കിലോമീറ്റർ (ഒരു മണിക്കൂറിൽ 3600 സെക്കന്റ് ഉണ്ടല്ലോ?)

അപ്പോൾ ഒരു ദിവസം കൊണ്ടോ?

108×24 കോടി കി.മി

2592 കോടി കിലോമീറ്റർ.

അപ്പോൾ ഒരു വർഷംകൊണ്ട് പ്രകാശം എത്രദൂരം സഞ്ചരിക്കും? 2592×365 കോടി കിലോമീറ്റർ.

അതായത് 946080 കോടി കി.മി.

എന്തൊരു വലിയ ദൂരം അല്ലേ? ഈ ദൂരത്തിനാണ് ഒരു പ്രകാശ വർഷം എന്ന് പറയുന്നത്.

ഇത്രയും വരില്ല. നമ്മൾ 3 ലക്ഷം/സെക്കന്റ് എന്നാണ് പ്രകാശ വേഗം എടുത്തത്. യഥാർത്ഥത്തിൽ 2999792 കിലോമീറ്റർ ആണല്ലോ?

എന്തായാലും ഒരു വർഷംകൊണ്ട് പ്രകാശം സഞ്ചരിക്കുന്ന ദൂരമാണ് ഒരു പ്രകാശവർഷം.

ആൽഫാ സെന്റാറിയും പ്രോക്സിമ സെന്റാറിയും നാലേകാൽ പ്രകാശവർഷം അകലെയാണ് എന്ന് പറഞ്ഞാൽ അതിന്റെ അർത്ഥമെന്താണ്?

നാലേകാൽ വർഷംകൊണ്ട് പ്രകാശം സഞ്ചരിക്കുന്ന ദൂരം എത്രയാണോ അത്രയും ദൂരം അകലെയാണവ. ഇതിനെത്തന്നെ വേറൊരു ഭാഷയിൽ പറയാം.

ഭൂമിയിൽ നിന്നുള്ള പ്രകാശം ഈ നക്ഷത്രങ്ങളിൽ എത്തണമെങ്കിൽ നാലേകാൽ കൊല്ലം വേണം. നമുക്ക് ഈ നക്ഷത്രങ്ങളിൽ എത്തണമെങ്കിൽ എന്തു ചെയ്യണം?

പ്രകാശത്തിന്റെ വേഗതയിൽ സഞ്ചരിച്ചാൽപ്പോലും നാലേകാൽ കൊല്ലം വേണ്ടിവരും.

നമ്മൾ എങ്ങനെയാണ് ഒരു വസ്തുവിനെ കാണുന്നത്?

പ്രകാശം വസ്തുവിൽ തട്ടി പ്രതിഫലിച്ച് നമ്മുടെ കണ്ണുകളിൽ എത്തണം.

ശരിയല്ലേ?

അപ്പോൾ സ്കൂൾ പരീക്ഷയിൽ ഒന്നാം സ്ഥാനം കിട്ടി എന്റെ അടുത്തേക്ക് ഓടിവരുന്ന എന്റെ മകളെ ഞാൻ കാണുന്നതും അങ്ങനെ തന്നെയല്ലേ?

അതെ; നാലേകാൽ കൊല്ലം മുമ്പ് ഞാനതാണ് കണ്ടത്.

ഇനി ഈ പ്രകാശകിരണങ്ങൾ അൽഫാ സെന്റാറിവരെ എത്തുന്നു എന്ന് വിചാരിക്കുക. എപ്പോഴായിരിക്കും അവ അവിടെ എത്തുക?

പുറപ്പെട്ട് നാലേകാൽ കൊല്ലത്തിന് ശേഷം. അതായത് ഇപ്പോൾ. അത്ഭുതമായിരിക്കുന്നു. അല്ലേ?

അൽഫാസെന്റാറിയിൽ കുറച്ച് മനുഷ്യർ ഇരുന്ന് ദൂരദർശിനിയിലൂടെ

ഭൂമിയിലേക്ക് നോക്കുന്നു എന്ന് വിചാരിക്കുക. അവർ ഈ സംഭവം കാണുന്നത് ഇപ്പോളായിരിക്കും. അതായത് ഞാനത് കണ്ടുകഴിഞ്ഞ് നാലേകാൽ കൊല്ലത്തിന് ശേഷം.

ഒരേ സംഭവം രണ്ട് സ്ഥലത്തിരിക്കുന്ന നിരീക്ഷകർ രണ്ട് സമയത്താണ് കാണുന്നത്.

ഇനി ഒരു കാര്യംകൂടി പറയാം.

സിറിയസ് എന്നൊരു നക്ഷത്രമുണ്ട്.

ഭൂമിയിൽ നിന്ന് നോക്കിയാൽ ഏറ്റവും കൂടുതൽ കാന്തിമാനമുള്ള നക്ഷത്രമാണ്. ഭൂമിയിൽനിന്ന് 8.7 പ്രകാശവർഷം അകലെയാണത്.

ശരി; സിറിയസിൽ നിന്ന് ചിലർ ഭൂമിയിലേക്കുനോക്കി. എന്നെയും എന്റെ മകളേയും നോക്കുന്നു എന്ന് വിചാരിക്കുക.

എപ്പോഴായിരിക്കും അവർ ഈ സംഭവം കാണുന്നത്?

യഥാർത്ഥ സംഭവം കഴിഞ്ഞ് 8.7 വർഷം കഴിഞ്ഞ്.

അതായത് ഞാൻ നാലേകാൽ കൊല്ലം മുമ്പ് കണ്ടു.

ആൽഫാസെന്റാറിയിൽ നില്ക്കുന്നവർ ഇപ്പോൾ കാണുന്നു.

സിറിയസിൽ നില്ക്കുന്നവർ ഇനിയൊരു നാലരവർഷം കഴിഞ്ഞ് കാണും.

സംഭവങ്ങളൊക്കെ എപ്പോഴേ നടന്ന് കഴിഞ്ഞിരിക്കുന്നു. നമുക്ക് കാണാനുള്ള കാലം വരുമ്പോൾ നാമത് കാണും എന്നാണോ?

സ്ഥലവും കാലവും തമ്മിൽ അങ്ങനെയൊക്കെ ചില ബന്ധങ്ങളുണ്ട് എന്നുമാത്രം വിചാരിച്ചാൽ മതി.

സ്ഥലം (space) എന്ന് പറഞ്ഞാൽ നമ്മൾ എന്തു മനസ്സിലാക്കും?

ദ്രവ്യം സ്ഥിതി ചെയ്യുകയും സംഭവങ്ങൾ അരങ്ങേറുകയും ചെയ്യുന്ന ഒരു പശ്ചാത്തലം.

ദ്രവ്യവുമായിട്ടോ സംഭവങ്ങളുമായിട്ടോ അതിന് യാതൊരു ബന്ധവുമില്ല. ഇതാണ് നമ്മുടെ സാമാന്യ ധാരണ. മുൻപ് ഈഥറിനെ ഇങ്ങനെയാണ് വിവക്ഷിച്ചിരുന്നത്. ഈഥർ തന്നെയാണ് സ്ഥലം എന്ന് വളരെ നേരത്തെ നമ്മൾ പറഞ്ഞിരുന്നു. അത് ഈ അർത്ഥത്തിലാണ്.

സമയത്തേക്കുറിച്ചും ഇങ്ങനെ തന്നെ. ദ്രവ്യം സ്ഥിതിചെയ്യുകയും സംഭവങ്ങൾ അരങ്ങേറുകയും ചെയ്യുന്ന കാല പശ്ചാത്തലമാണ് സമയമെന്ന് നമ്മൾ കരുതുന്നു.

വേറൊരർത്ഥത്തിൽ പറഞ്ഞാൽ സ്ഥലവും കാലവും അങ്ങനെ തന്നെയുണ്ട്. അവിടെ ദ്രവ്യം സ്ഥിതിചെയ്യുകയോ സംഭവങ്ങൾ അരങ്ങേറുകയോ ചെയ്യുന്നു.

ഇവയൊന്നും പരസ്പരം ബന്ധപ്പെടാത്ത വിധം ഓരോന്നും പൂർണ്ണമാണ്.

പക്ഷേ, ഇത് ശരിയല്ല എന്നാണ് ഐൻസ്റ്റൈൻ പറഞ്ഞത്.

മറ്റൊന്നുമായും ബന്ധപ്പെടാത്ത സ്ഥലം എന്ന സങ്കല്പമായിരുന്നു ഈഥർ എന്ന സങ്കല്പം എന്ന് നമുക്ക് ഇപ്പോൾ വ്യാഖ്യാനിക്കാം.

എന്താ കാരണം?

ദ്രവ്യത്തിനുണ്ടായിരിക്കേണ്ട ഒരു സ്വഭാവവും അതിനില്ല. എന്നാൽ അത് എല്ലായിടത്തും വ്യാപിച്ച് കിടക്കുകയും ചെയ്യും. അതിൽ ദ്രവ്യത്തിന് സ്ഥിതി ചെയ്യാം. ചലിക്കാം. ഒരു തടസ്സവുമില്ല. ദ്രവ്യത്തിന് മാത്രമല്ല, ഊർജ്ജത്തിനും ചലിക്കാം. ഒരു തടസ്സവുമില്ല. അതായത് ഈഥർ കേവലമായ സ്ഥലമാണ്.

പക്ഷേ, അങ്ങനെയൊന്നില്ല എന്ന് മനസ്സിലായില്ലേ?

ഐൻസ്റ്റൈന്റെ സാമാന്യ ആപേക്ഷികതാ സിദ്ധാന്തം സ്ഥലത്തെയും കാലത്തെയും സംഭവങ്ങൾ നടക്കുന്ന നിഷ്ക്രിയമായ പശ്ചാത്തലം എന്നതിൽ നിന്ന് മാറ്റി പ്രപഞ്ചത്തിന്റെ ബലതന്ത്രത്തിലെ സുപ്രധാനമായ ഭാഗമാക്കി മാറ്റി എന്ന് മാത്രം പറയട്ടെ.

8

സാമാന്യ ആപേക്ഷികതയിലേക്ക്

പ്രകാശത്തിൽ തുടങ്ങി നമ്മളിപ്പോൾ ഐൻസ്റ്റൈന്റെ ആപേക്ഷികതാ സിദ്ധാന്തത്തിലാണ് വന്ന് നില്ക്കുന്നത്. അതിൽ അസ്വാഭാവികമായി ഒന്നുമില്ല. കാരണം ആപേക്ഷികതാ സിദ്ധാന്തത്തിന്റെ മർമ്മപ്രധാനമായ ഭാഗം പ്രകാശത്തിന്റെ പ്രവേഗമാണ്.

ഇതുവരെ പറഞ്ഞതിൽ നിന്ന് നമുക്കതിനെ ഇങ്ങനെ മനസ്സിലാക്കാം.

ഒന്ന്; പ്രകാശത്തിന്റെ ശൂന്യതയിലെ പ്രവേഗം സ്ഥിരമാണ്. അതിന് മാറ്റം വരുത്താനാവില്ല.

രണ്ട്; പ്രകാശത്തിന്റെ ശൂന്യതയിലെ പ്രവേഗത്തെക്കാൾ കൂടിയ വേഗതയിൽ മറ്റൊന്നിനും സഞ്ചരിക്കാനാവില്ല. അതുകൊണ്ട് അത് പരമമാണ്.

ഈ രണ്ട് അടിസ്ഥാന ധാരണകളുടെ അടിത്തറയിന്മേലാണ് ഐൻസ്റ്റൈൻ തന്റെ സിദ്ധാന്തം മുഴുവൻ രൂപപ്പെടുത്തിയിരിക്കുന്നത്.

ഇത് മാത്രമേയുള്ളൂ, സ്ഥിരവും പരമവും.

മറ്റെല്ലാം ആപേക്ഷികമാണ്. നേരത്തെ കണ്ടതുപോലെ മറ്റൊന്നിനോടും പ്രതിപ്രവർത്തിക്കാത്ത കേവലമായ സ്ഥലമില്ല; കേവലമായ സമയമില്ല; കേവലമായ ചലനമില്ല.

ശരി; ഇത്രവരെ പറഞ്ഞുകഴിഞ്ഞതുകൊണ്ട് ഐൻസ്റ്റൈൻ മുന്നോട്ട് വച്ച സാമാന്യ ആപേക്ഷികതാ സിദ്ധാന്തത്തെക്കുറിച്ച് കൂടി പറയാതെ വയ്യ. ഒരുപക്ഷേ, പ്രകാശത്തെക്കുറിച്ചുള്ള നമ്മുടെ ഈ ചർച്ചയിൽ സാമാന്യ ആപേക്ഷികത അത്ര പ്രസക്തമായ ഒന്നല്ല. എങ്കിൽപ്പോലും അതുകൂടി പറയാതെ ഐൻസ്റ്റൈന്റെ കഥകൾ നമുക്ക് പൂർത്തിയാക്കാനാവില്ല.

ഇത്രനേരവും ആപേക്ഷികതാ സിദ്ധാന്തം എന്ന് പറഞ്ഞിട്ട് ഇപ്പോളെന്തേ സാമാന്യ ആപേക്ഷികത എന്നു പറയാൻ എന്നൊരു ചോദ്യം മനസ്സിലുണ്ട്; അല്ലേ?

പറയാം.

1905 ലാണല്ലോ ഐൻസ്റ്റൈൻ തന്റെ ആപേക്ഷികതാ സിദ്ധാന്തം അവതരിപ്പിക്കുന്നത്. അത് ഇപ്പോൾ വിശിഷ്ട ആപേക്ഷികതാ സിദ്ധാന്തം എന്നാണറിയപ്പെടുന്നത്. ഞാനത് നേരത്തേ പറഞ്ഞിരുന്നു.

1915 ൽ അദ്ദേഹം അതിന്റെ കുറച്ചുകൂടി പൂർണ്ണതയുള്ള മറ്റൊരു സിദ്ധാന്തം അവതരിപ്പിച്ചു. അതിനെയാണ് നാം സാമാന്യ ആപേക്ഷികതാ സിദ്ധാന്തം എന്ന് വിളിക്കുന്നത്.

എന്താണ് ഇവ തമ്മിലുള്ള വ്യത്യാസം?

വളരെ എളുപ്പത്തിലും ചുരുക്കിയും പറഞ്ഞാൽ അത് താഴെപ്പറയുന്നതാണ്.

വിശിഷ്ട ആപേക്ഷികത ഗുരുത്വാകർഷണത്തെ കണക്കിലെടുക്കുന്നില്ല; സാമാന്യ ആപേക്ഷികത ഗുരുത്വാകർഷണത്തേക്കൂടി കണക്കിലെടുക്കുന്നു.

വേറൊരു രീതിയിൽ പറഞ്ഞാൽ, എന്താണ് ഗുരുത്വാകർഷണം എന്ന് വിശദീകരിക്കാൻ വിശിഷ്ട ആപേക്ഷികതയ്ക്ക് കഴിയുന്നില്ല. അതുകൂടി വിശദീകരിക്കുവാനാണ് ഐൻസ്റ്റൈൻ തന്റെ പുതിയ സിദ്ധാന്തം മുന്നോട്ടുവച്ചത്.

എന്താണ് ഗുരുത്വാകർഷണം എന്ന് നിങ്ങൾക്കറിയാം.

പ്രപഞ്ചത്തിലെങ്ങും നിലനില്ക്കുന്ന പരസ്പര ആകർഷണബലമാണത്.

യഥാർത്ഥത്തിൽ ഭൂമി എവിടെയാണ് നില്ക്കുന്നത് എന്ന ചോദ്യം ചോദിച്ചുകൊണ്ടാണ് പ്രാചീന ശാസ്ത്രസമൂഹം ഈ പ്രശ്നത്തിന് പരിഹാരം കാണാൻ ശ്രമിച്ചത്.

ഭൂമി എവിടെയാണ് നില്ക്കുന്നത്, അഥവാ എവിടെയാണത് ഉറപ്പിച്ചിരിക്കുന്നത്.

ആദിശേഷൻ എന്ന നാഗത്തിന്റെ ഫണത്തിന്മേൽ എന്ന് പുരാതന ഭാരതീയർ വിശ്വസിച്ചിരുന്നു. ആമയുടെ പുറത്താണ് എന്ന് കരുതിയവരുണ്ട്. പല രാജ്യക്കാരും പല രീതിയിൽ വിശ്വസിച്ചിരുന്നു.

ദേവിയുടെ കൈയിൽ എന്ന് ചിലർ.

മൂന്ന് കുറ്റികളിന്മേൽ എന്ന് മറ്റു ചിലർ.

അപ്പോൾ ആദിശേഷൻ എവിടെ നില്ക്കുന്നു?

ആമ എവിടെ നില്ക്കുന്നു.

ദേവി എവിടെ നില്ക്കുന്നു.

എന്നൊക്കെ ചോദ്യങ്ങൾ വരാം.

ഈ പ്രശ്നത്തിനാണ് ഗുരുത്വബലം എന്ന ആശയത്തിലൂടെ ഐസക് ന്യൂട്ടൺ ഉത്തരം കണ്ടെത്തിയത്. ഭൂമിയെ അങ്ങനെ ഒരിടത്തും ഉറപ്പിച്ചിട്ടില്ല.

ഭൂമിയെ മാത്രമല്ല; സൂര്യനെയും ചന്ദ്രനെയും മറ്റ് ആകാശ ഗോളങ്ങളെ ഒന്നിനെയും ഒരിടത്തും ഉറപ്പിച്ചിട്ടില്ല. പരസ്പരമുള്ള ആകർഷണ ബലത്തിലാണ് അവ ഒട്ടും സ്ഥിരമല്ലാത്ത സ്ഥാനങ്ങളിൽ നിലനില്ക്കുന്നത്.

അതിന്റെ വിശദാംശങ്ങൾ നേരത്തേ പറഞ്ഞു. പക്ഷേ ഐൻസ്റ്റൈൻ ഉയർത്തിയ പുതിയ പ്രശ്നത്തിൽ ഗുരുത്വാകർഷണവും പ്രകാശവേഗതയും തമ്മിൽ യോജിക്കാത്ത ഒരിടമുണ്ടായി.

എന്താണെന്നോ?

ന്യൂട്ടന്റെ ഗുരുത്വാകർഷണ നിയമം എടുക്കുക. അതനുസരിച്ച് സൂര്യനും ഭൂമിയും പരസ്പരം ആകർഷിക്കുന്നു. ഈ ആകർഷണബലം സൂര്യന്റെയും ഭൂമിയുടെയും ദ്രവ്യമാനത്തിന് ആനുപാതികവും അവ തമ്മിലുള്ള അകലത്തിന്റെ വർഗ്ഗത്തിന് വിപരീത അനുപാതത്തിലും ആയിരിക്കും.

ഇത് നമ്മൾ നേരത്തേ പറഞ്ഞു.

അപ്പോൾ സൂര്യന്റെ ദ്രവ്യമാനം പെട്ടെന്ന് പകുതിയായി കുറഞ്ഞു എന്ന് വിചാരിക്കുക. ഗുരുത്വാകർഷണം കുറയും. എത്ര സമയം കഴിഞ്ഞ്?

ദ്രവ്യമാനം എപ്പോൾ കുറയുന്നുവോ അപ്പോൾത്തന്നെ ഗുരുത്വാകർഷണവും കുറയും. അതേ സമയത്ത് തന്നെ അത് ഭൂമിയിൽ അനുഭവപ്പെടുകയും ചെയ്യും. അതായത് ഗുരുത്വാകർഷണ ബലത്തിന് സഞ്ചരിക്കാൻ സമയം ആവശ്യമില്ല.

ഇനി ഐൻസ്റ്റൈന്റെ വിശിഷ്ട ആപേക്ഷികതാ സിദ്ധാന്തം എടുക്കുക.

പ്രകാശവേഗതയേക്കാൾ കൂടിയ വേഗതയിൽ സഞ്ചരിക്കാൻ ഒന്നിനും ആവില്ല എന്നാണതിൽ പറഞ്ഞിരിക്കുന്നത്.

പ്രകാശം സൂര്യനിൽ നിന്ന് ഭൂമിയിലെത്താൻ എത്ര സമയം എടുക്കും?

എട്ട് മിനുട്ട് എന്ന് നമുക്കറിയാം.

അപ്പോൾ പ്രകാശവേഗതയെക്കാൾ കൂടിയ വേഗതയിൽ ഗുരുത്വബലം സഞ്ചരിക്കും എന്നാണോ ഇതിനർത്ഥം?

അപ്പോൾ ഗുരുത്വാകർഷണത്തെക്കുറിച്ച് ഒരു വിശദീകരണം വേണ്ടിവന്നു.

ഇതൊരു കാര്യം.

മറ്റൊരു പ്രതിസന്ധി കൂടിയുണ്ടായി.

അത് പ്രപഞ്ചത്തിലെ ഗാലക്സികളുടെ ചലന വേഗതയുമായി ബന്ധപ്പെട്ടാണ്.

ഏതാണ്ട് ആയിരത്തി മുന്നൂറ്റെഴുപത് കോടി വർഷങ്ങൾക്ക് മുമ്പ് ഉണ്ടായ ഒരു മഹാസ്ഫോടനത്തിലാണ് പ്രപഞ്ചം രൂപപ്പെട്ടത് എന്നാണ് ശാസ്ത്രജ്ഞർ ഇന്ന് പൊതുവേ വിചാരിക്കുന്നത്.

എന്താ അങ്ങനെ വിചാരിക്കാൻ കാരണം?

മാനത്ത് നമ്മൾ കാണുന്ന എല്ലാ നക്ഷത്രക്കൂട്ടങ്ങളും പരസ്പരം അകന്നുപോയിക്കൊണ്ടിരിക്കുന്നു.

അപ്പോൾ ആയിരത്തിയഞ്ഞൂറ് കോടി വർഷങ്ങൾക്ക് മുമ്പ് ഈ ഗാലക്സികളിലെ ദ്രവ്യമെല്ലാം എവിടെയായിരുന്നു?

ഭൂമിയും ഗ്രഹങ്ങളും സൂര്യനും മറ്റ് നക്ഷത്രങ്ങളും അവയുടെ ഗ്രഹങ്ങളും ഉപഗ്രഹങ്ങളും ഉല്ക്കകളും മറ്റ് ആകാശ വസ്തുക്കളും അവയിലുള്ള മുഴുവൻ ദ്രവ്യവും എവിടെയായിരുന്നു?

അവയെല്ലാം ചേർന്ന് വൈചിത്ര്യം അഥവ സിംഗുലാരിറ്റി എന്ന് വിളിക്കുന്ന ഒരു ആദിമ അണുവായി നിലനില്ക്കുകയായിരുന്നു.

ആ ആദിമ അണുവിൽ ഉണ്ടായ പൊട്ടിത്തെറിയിലൂടെയാണ് പ്രപഞ്ചം രൂപപ്പെട്ടത്. പൊട്ടിത്തെറിച്ച വസ്തുക്കൾ ഇപ്പോഴും അകന്ന് പോയിക്കൊണ്ടിരിക്കുന്നു.

അപ്പോൾ വേറൊരു ചോദ്യമുണ്ട്.

ഇവ എന്നന്നേക്കും ഇങ്ങനെ അകന്ന് പോയിക്കൊണ്ടിരിക്കുമോ?

അതോ, ഗുരുത്വാകർഷണംമൂലം അകലുന്ന നിരക്ക് ക്രമേണ കുറഞ്ഞ്, ഇവയെല്ലാം തിരികെ ചേർന്ന് പ്രപഞ്ചം സങ്കോചിക്കുമോ?

അതോ മറ്റേതെങ്കിലും അന്ത്യം അതിനുണ്ടാകുമോ?

ഐൻസ്റ്റൈൻ പറഞ്ഞു. പ്രപഞ്ചം വികസിക്കുന്നുമില്ല, ചുരുങ്ങുന്നുമില്ല.

"ഒരു പ്രപഞ്ച സ്ഥിരാങ്കം ഉണ്ട്".

എന്താണ് പ്രപഞ്ച സ്ഥിരാങ്കം?

ഗുരുത്വാകർഷണ ബലത്തിനെതിരായി പ്രവർത്തിക്കുന്ന സ്ഥിരമായ ബലത്തിന്റെ ഒരളവാണത്. പ്രപഞ്ചസ്ഥിരാങ്കം ഉള്ളതിനാൽ പ്രപഞ്ചം എന്നും ഒരേപോലെ ഇരിക്കും.

ഒരർത്ഥത്തിൽ ന്യൂട്ടന്റെ പ്രപഞ്ച സങ്കല്പത്തിൽ ഉണ്ടായിരുന്ന പരിമിതിയായിരുന്നു ഗുരുത്വാകർഷണം സംബന്ധിച്ച നിയമം.

ഇതേക്കുറിച്ച് ക്രിസ്റ്റഫർ കാഡ്വെൽ എന്ന ശാസ്ത്ര രാഷ്ട്രീയ ചിന്തകൻ എഴുതിയിരിക്കുന്നതിങ്ങനെയാണ്. അദ്ദേഹത്തിന്റെ ഭാഷ മനസ്സിലാക്കാൻ അല്പം പ്രയാസമുള്ളതാണ്. എന്നാലും അത് അങ്ങനെ തന്നെ വായിക്കൂ.

"ഓരോ കണികയുടേയും ജീവിതപഥത്തെ അദ്വിതീയമായി നിർണ്ണയിക്കുന്ന ചലന നിയമങ്ങൾ പ്രസ്താവിച്ചശേഷം ഈ നിയമങ്ങൾ ഒരിക്കലും അനുസരിക്കപ്പെടുകയില്ലെന്ന് വരുത്തുന്ന ഒരു നിയമം—ഗുരുത്വാകർഷണ നിയമം—അതിന്റെ കൂടെ ചേർത്തു."

(ക്രിസ്റ്റഫർ കാഡ്വെൽ *ഭൗതികത്തിലെ പ്രതിസന്ധി* എന്ന കൃതിയിൽ, കെ ഗോപിനാഥിന്റെ മലയാള പരിഭാഷയിൽ നിന്ന്.)

ഈ പ്രതിസന്ധി ഐൻസ്റ്റൈന്റെ മുന്നിലും ഉണ്ടായിരുന്നു. ഇതിന് ഒരു ഉത്തരം വേണമല്ലോ?

സ്ഥലകാലം എന്ന സങ്കല്പം തന്നെയാണ് ഇവിടെ ആധാരമാക്കിയത്.

എങ്ങനെയാണെന്നല്ലേ?

അത് പറയാൻ ഒരു ചെറിയ കഥവേണം.

ഈയിടെ ഞാനൊരു പുസ്തകം വായിച്ചു. ആപേക്ഷികതാ സിദ്ധാന്തത്തെക്കുറിച്ചാണ്. അതിലൊരു സംവാദമുണ്ട്.

ഏതാനും പേർ തിരുവനന്തപുരത്ത് നിന്ന് കോഴിക്കോട്ടേക്ക് പോകാൻ ട്രെയിനിൽ കയറുന്നു. ഒരു പ്രൊഫസറും കുറച്ചു വിദ്യാർത്ഥികളും.

പ്രൊഫസർക്ക് ഒരു സംശയം.

നമ്മൾ കോഴിക്കോട്ടേക്ക് പോവുകയാണോ? അതോ കോഴിക്കോട് ഇങ്ങോട്ട് വരികയാണോ?

ശരിയല്ലേ! രണ്ടായാലും ഫലം ഒന്ന് തന്നെ. ഐൻസ്റ്റൈൻ ആപേക്ഷികതാ സിദ്ധാന്തം അനുസരിച്ച് കേവലമായ സ്ഥലം, സമയം, ചലനം ഇവയൊന്നും ഇല്ലല്ലോ! അതിവേഗം സഞ്ചരിച്ചുകൊണ്ടിരിക്കുന്ന ഒരു ബഹിരാകാശ വാഹനത്തിനുള്ളിൽ നില്ക്കുന്ന സഞ്ചാരിക്ക് വാഹനം സഞ്ചരിക്കുന്നതായി തോന്നുകയില്ലല്ലോ?

അപ്പോൾ നമ്മൾ കോഴിക്കോട്ടേക്ക് പോവുക എന്ന് പറഞ്ഞാൽ കോഴിക്കോട് ഇങ്ങോട്ട് വരിക എന്നും അർത്ഥമുണ്ട്. കോഴിക്കോട് ഇവിടെ എത്തിക്കഴിയുമ്പോൾ കോഴിക്കോട്ടുള്ള ജനങ്ങൾക്ക് നമ്മൾ അവിടെയെത്തി എന്ന് തോന്നും (*കണികാ പ്രപഞ്ചം.* പ്രൊഫ. ജി കെ ശശിധരൻ. ഡി സി ബുക്സ്, കോട്ടയം).

ഇത് വായിച്ചപ്പോൾ എനിക്ക് വേറൊരു സംശയം തോന്നി.

ഒരാൾ തിരുവനന്തപുരത്തുനിന്ന് കോഴിക്കോട് പോകാൻ ട്രെയിനിൽ കയറുന്നു. മറ്റൊരാൾ മംഗലാപുരത്തുനിന്ന് കോഴിക്കോട് പോകാൻ ട്രെയിനിൽ കയറുന്നു.

ഓർക്കുക, കോഴിക്കോടിന് തെക്കാണ് തിരുവനന്തപുരം.

മംഗലാപുരം വടക്കും!

കോഴിക്കോട് എങ്ങോട്ട് പോകും.

നമ്മുടെ പ്രൊഫസറുടെ വ്യാഖ്യാന പ്രകാരം ഒരു കോഴിക്കോട് തെക്കോട്ട് പോകും. മറ്റൊരു കോഴിക്കോട് വടക്കോട്ടു പോകും.

എത്ര വിചിത്രമായ വാദം; അല്ലേ?

ഇനി ഇപ്പറഞ്ഞ രണ്ട് യാത്രക്കാരും ഒരേ സമയം കോഴിക്കോട് വന്നിറങ്ങിയെന്ന് കരുതുക. അപ്പോൾ രണ്ട് കോഴിക്കോടും ഒന്നായി മാറും. തിരുവനന്തപുരത്തും മംഗലാപുരത്തും നിന്ന് കോഴിക്കോടിനെ തെക്കോട്ടും വടക്കോട്ടും വരുത്തിയവർ കോഴിക്കോട് എത്തുകയും ചെയ്യും

വിഡ്ഢിത്തം അല്ലേ?

ശരിയാണ്. കോഴിക്കോട്, തിരുവനന്തപുരം, മംഗലാപുരം എന്നിവയൊന്നും വച്ച് ഈ പ്രശ്നം ചർച്ച ചെയ്യുന്നതിലർത്ഥമില്ല.

പ്രശസ്ത ശാസ്ത്രസാഹിത്യകാരനും ശാസ്ത്ര ചിന്തകനുമായ സ്റ്റീഫൻ ഹോക്കിങ് ഇതേ പ്രശ്നം മറ്റൊരു രൂപത്തിൽ പരിശോധിക്കുന്നുണ്ട്.

അദ്ദേഹം ന്യൂട്ടന്റെ തലയിൽ ആപ്പിൾ വീണ കഥയാണെടുത്തത്.

ന്യൂട്ടന്റെ തലയിലേക്ക് ഗുരുത്വാകർഷണം മൂലം ആപ്പിൾ വീഴുകയായിരുന്നോ?

അതോ ത്വരണം മൂലം ന്യൂട്ടനും ഭൂമിയും മുകളിലേക്ക് കുതിക്കുകയായിരുന്നോ?

ന്യൂട്ടന്റെ പഴയ സിദ്ധാന്തം ഇവിടെ ഓർക്കണം. ഭൂമി ചന്ദ്രനെ ഗുരുത്വാകർഷണം മൂലം ആകർഷിക്കുന്നത് കൊണ്ടാണല്ലോ ചന്ദ്രൻ അതിന്റെ പരിക്രമണപഥത്തിൽ നിന്ന് തെറിച്ച് പോകാത്തത്. എന്നാൽ ചന്ദ്രന്റെ അതിവേഗ സഞ്ചാരം സമ്മാനിക്കുന്ന ത്വരണമാണ് ചന്ദ്രനെ ഭൂമിയിലേക്ക് വീഴാതെ പിടിച്ച് നിർത്തുന്നതും. ഇവ രണ്ടും തുല്യമായതിനാൽ ചന്ദ്രൻ ഭൂമിക്ക് ചുറ്റും സ്ഥിരമായ ഭ്രമണപഥത്തിൽ ചലിച്ചുകൊണ്ടിരിക്കുന്നു.

ഇതേ സിദ്ധാന്തം ആപ്പിളിനും ന്യൂട്ടനും ബാധകമാണല്ലോ?

എന്നാൽ സ്റ്റീഫൻ ഹോക്കിങ് ഈ പ്രശ്നത്തിന് നല്കുന്ന ഉത്തരം എന്താണെന്നറിയാമോ?

ഭൂമി പരന്നതായിരുന്നെങ്കിൽ ന്യൂട്ടന്റെ തലയിൽ ആപ്പിൾ വീണത് ഗുരുത്വം മൂലമെന്നോ അല്ലെങ്കിൽ ന്യൂട്ടനും ഭൂമിയും ത്വരണം മൂലം മുകളിലേയ്ക്ക് കുതിക്കുകയായിരുന്നുവെന്നോ പറയാം.

പക്ഷേ, ഗോളാകൃതിയിലുള്ള ഭൂമിക്ക് ഇത് സാദ്ധ്യമല്ല.

എന്തുകൊണ്ട്?

ഗോളാകൃതിയിലുള്ള ഭൂമിയുടെ രണ്ട് എതിർവശങ്ങളിൽ ഓരോ ന്യൂട്ടന്മാർ നില്ക്കുന്നുവെന്ന് വിചാരിക്കുക. രണ്ട് സ്ഥലത്തും ആപ്പിൾ മരവും ഉണ്ട്. രണ്ടിടത്തും ഒരേ സമയം ആപ്പിൾ വീഴുന്നു.

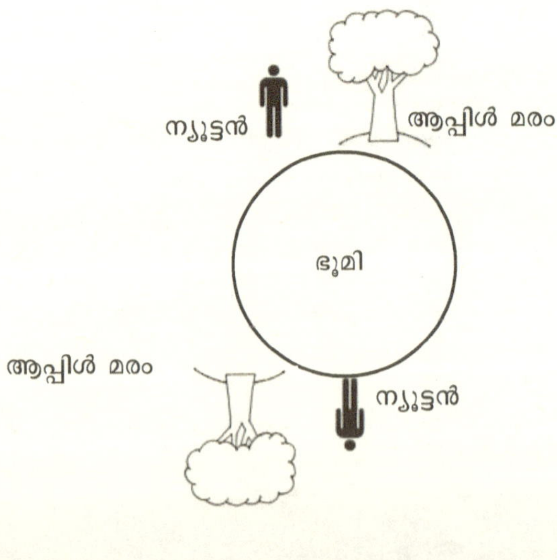

രണ്ട് വശത്തും ഉള്ള മരങ്ങളിൽ നിന്ന് ഒരേ സമയം ആപ്പിൾ വീണാൽ രണ്ട് വശത്തും ഉള്ള ന്യൂട്ടൻമാരും അവരുടെ ഭൂമിയും ഒരേ സമയം മുകളിലേക്ക് കുതിക്കണം. അതേസമയം രണ്ടുപേരും തമ്മിലുള്ള അകലം ഭൂമിയുടെ വ്യാസമായ 12712 കിലോമീറ്റർ തന്നെയായിരിക്കുകയും ചെയ്യും. അതിന് മാറ്റമുണ്ടാകുന്നില്ലല്ലോ?

ഈ പ്രശ്നം എങ്ങനെ പരിഹരിക്കും?

ഐൻസ്റ്റൈൻ പറഞ്ഞു.

സ്ഥലകാലം വക്രമാണ് എന്ന് വിചാരിച്ചാൽ ഈ പ്രശ്നം പരിഹരിക്കാം.

സ്ഥലകാലം വക്രമാക്കിക്കൊണ്ടാണ് ഐൻസ്റ്റൈൻ ഈ പ്രശ്നം പരിഹരിച്ചതെന്നാണ് ഹോക്കിങ് ചൂണ്ടിക്കാട്ടുന്നത്.

സ്ഥലകാലം വക്രമാകുക എന്ന് പറഞ്ഞാൽ എന്താണർത്ഥം?

വക്രം എന്നാൽ വളഞ്ഞത് എന്നേ അർത്ഥമുള്ളൂ.

സ്ഥലകാലം എന്നാൽ സ്ഥലവും കാലവും ചേർന്ന പ്രപഞ്ചം. രണ്ടും തമ്മിൽ വേർതിരിവ് ഇല്ലല്ലോ?

ഗുരുത്വവും ത്വരണവും തുല്യമായി വരുന്നതിനർത്ഥം ദ്രവ്യമാനമുള്ള വസ്തു സ്ഥലകാലത്തെ വളയ്ക്കുമ്പോഴാണ് എന്നാണ് ഐൻസ്റ്റൈൻ വിചാരിച്ചത്.

മനസ്സിലായില്ല; അല്ലേ?

ഒരു റബ്ബർ ഷീറ്റ് എടുക്കുക. അതിന്റെ നടുവിൽ ഒരു ക്രിക്കറ്റ് ബോൾ വയ്ക്കുക. ബോൾ ഇരിക്കുന്ന റബ്ബർ ഷീറ്റിന്റെ ഭാഗം അല്പം വളയും. ഒരു കുഴിയുണ്ടാകും എന്നർത്ഥം.

എങ്ങനെയാണ് ഈ കുഴി ഉണ്ടാകുന്നത്?

ബോളിന്റെ ഭാരം ഷീറ്റിനെ വളച്ചു.

യഥാർത്ഥത്തിൽ ബോളിന്റെ ദ്രവ്യമാനമാണ് ഷീറ്റിനെ വളച്ചത്.

ഇവിടെ ഷീറ്റിന് പകരം സ്ഥലകാലം.

ബോളിന് പകരം ദ്രവ്യമാനം വളരെ കൂടിയ വസ്തുക്കൾ സൂര്യനോ ചന്ദ്രനോ നക്ഷത്രങ്ങളോ ഗ്രഹങ്ങളോ ഒക്കെയാവാം.

വക്രം എന്നതിനെ മലയാളത്തിലെ സാധാരണ 'വളഞ്ഞ' എന്ന വാക്കുപയോഗിച്ചാൽ പോര. അതിന് ഗണിതപരമായ ഒരു നിർവ്വചനം വേണം.

അതിങ്ങനെയാണ്.

ഒരു ത്രികോണത്തിന്റെ മൂന്നു കോണുകളുടേയും അളവുകളുടെ തുക 180^0 ആണെന്ന് നിങ്ങൾക്കറിയാം. അത് ഒരു പരന്ന പ്രതലത്തിലാണ്.

ഏതെങ്കിലും ഒരു പ്രതലത്തിൽ ഒരു ത്രികോണത്തിന്റെ കോണള

വുകളുടെ തുക 180^0 യിൽ കൂടുതലോ കുറവോ ആകുമോ?

ഒരു ഗോളത്തിന്റെ ഉപരിതലം എടുക്കുക അതായത് പുറത്തേക്ക് വളഞ്ഞ ഒരു ഉപരിതലം. ഇവിടെ ത്രികോണത്തിന്റെ കോണളവുകളുടെ തുക 180^0 യിൽ കൂടുതലായിരിക്കും.

ഈ പ്രതലം വക്രമാണ് എന്നു പറയാം.

ഇനിയുണ്ട്, എല്ലാ ദിശയിലും ഉള്ളിലേക്ക് വളഞ്ഞ ഒരു പ്രതലം സങ്കല്പിക്കുക. ഇവിടെ വരയ്ക്കുന്ന ത്രികോണത്തിന്റെ കോണളവുകളുടെ തുക 180^0 യിൽ കുറവായിരിക്കും.

ഈ പ്രതലവും വക്രമാണ്.

ഒരു സാധാരണ കടലാസ് എടുക്കുക. ഒരു ത്രികോണം വരയ്ക്കുക. അതിന്റെ കോണുകളുടെ അളവുകളുടെ തുക 180^0 ആയിരിക്കും.

ഈ പ്രതലം വക്രമല്ല.

സ്ഥലകാലങ്ങളുടെ വക്രത എന്തെന്ന് മനസ്സിലായിട്ടുണ്ടാവുമല്ലോ.

ഇനി തുടരാം.

ത്വരണവും ഗുരുത്വവും തുല്യമായി വരുന്നത് ദ്രവ്യമാനമുള്ള ഒരു വസ്തു സ്ഥലകാലത്തെ വളയ്ക്കുമ്പോഴാണ്. അതുവഴി അത് തന്റെ സമീപത്തുള്ള വസ്തുക്കളുടെ പാതയെയും വളയ്ക്കുന്നു. അങ്ങനെ വന്നാൽ ചതുർമാന സ്ഥലകാല ലോകത്തിലെ വക്രതയുടെ പ്രഭാവം മാത്രമാണ് ഗുരുത്വാകർഷണം എന്നും വരും.

ഇപ്പറഞ്ഞത് ഇനിയും മനസ്സിലായില്ലെങ്കിൽ കുറച്ചുകൂടി വിശദീകരിക്കാം. വലിയ ദ്രവ്യമാനമുള്ള വസ്തുക്കളുടെ സമീപം വരുന്നതോടെ ഭൗതിക സ്ഥലം വളയും എന്നാണ് ഐൻസ്റ്റൈൻ പറഞ്ഞത്.

എന്നാൽ എത്രമാത്രം വലിയ ദ്രവ്യമാനമുള്ള വസ്തുക്കൾക്കാണ് ഇത് സാദ്ധ്യമാവുക? എങ്ങനെയാണിത് തെളിയിക്കുക?

ഐൻസ്റ്റൈൻ ഒരു പരീക്ഷണം നിർദ്ദേശിച്ചു.

ഒരു ത്രികോണം വരയ്ക്കുക. ത്രികോണത്തിന്റെ മൂന്ന് കോണുകളും അളന്ന് നോക്കുക.

കോണളവുകളുടെ തുക എത്രയായിരിക്കും.

180^0.

എല്ലാ ത്രികോണങ്ങൾക്കും അങ്ങനെയാണ്.

ശരി; ഇനി നിങ്ങൾ വരയ്ക്കുന്നത് ഒരു വലിയ ത്രികോണമാണ് എന്ന് വിചാരിക്കൂ. അതിന്റെ ഒരു ശീർഷം ഭൂമിയിലാണ്. ഭൂമിയിൽനിന്ന് ആരംഭിക്കുന്ന രണ്ട് രേഖാഖണ്ഡങ്ങൾ സൂര്യന്റെ ഇരുവശത്തുകൂടി നീണ്ടുപോയി രണ്ട് നക്ഷത്രങ്ങളിൽ അവസാനിക്കുന്നു.

അപ്പോൾ ഒരു ത്രികോണം കിട്ടും.

സൂര്യൻ പൂർണ്ണമായി ഇതിന്റെ ഉള്ളിലുണ്ടായിരിക്കും.

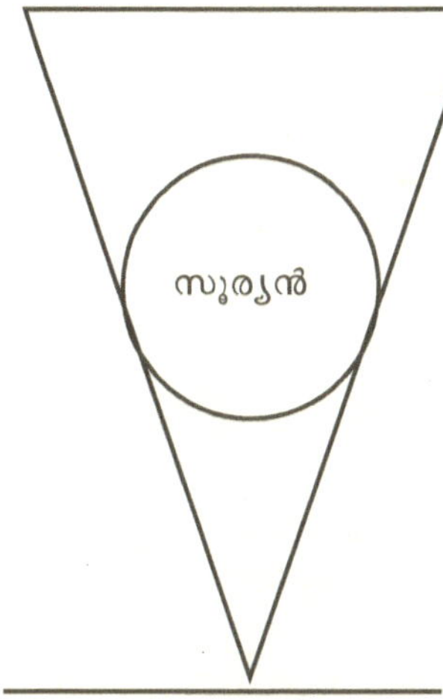

ഇങ്ങനെ ത്രികോണം വരയ്ക്കാൻ കഴിയുമോ? രേഖകൾ വരയ്ക്കുന്നതിന് പകരം പ്രകാശ രശ്മികൾ ഉപയോഗിക്കേണ്ടിവരും. ഈ ത്രികോണത്തിന്റെ മൂന്ന് കോണുകൾ അളന്ന് നോക്കുക. അവയുടെ കോണളവുകളുടെ തുക 180^{0} നിന്ന് വ്യത്യസ്തമായിരിക്കും.

എന്തുകൊണ്ടാണ്?

ക്രിക്കറ്റ് ബോൾ റബ്ബർഷീറ്റിൽ എന്നപോലെ സൂര്യൻ സമീപത്തുള്ള സ്ഥലകാലത്തെ വളച്ചു. അങ്ങനെ വളയുന്നതുകൊണ്ട് ത്രികോണത്തിന്റെ കോണളവുകളുടെ തുക മാറുമോ?

തീർച്ചയായും. അവിടെ സ്ഥലകാലം വക്രമായി എന്നർത്ഥം.

കാര്യം മനസ്സിലായി; ഇല്ലേ?

നമുക്ക് മുന്നോട്ടു പോകാം.

ഐൻസ്റ്റൈൻ പറഞ്ഞ ഈ പരീക്ഷണം ചെയ്ത് നോക്കാൻ കഴിയുമോ?

പ്രയാസമാണ്.

പക്ഷേ, അതിനൊരെളുപ്പവഴിയുണ്ട്.

സൂര്യന്റെ സമീപത്ത് വരുമ്പോൾ ഒരു നക്ഷത്രത്തിൽ നിന്നുള്ള പ്രകാശം വളയുന്നു എന്ന് തെളിയിച്ചാൽ മതി. അതാണ് കഴിഞ്ഞ അദ്ധ്യായത്തിൽ കണ്ട സർ ആർതർ എഡിങ്ടന്റെ നേതൃത്വത്തിൽ 1919 ൽ ഒരു സംഘം ബ്രിട്ടീഷ് ശാസ്ത്രജ്ഞന്മാർ സൂര്യഗ്രഹണ നാളിൽ നടത്തിയ പരീക്ഷണത്തിലൂടെ തെളിയിച്ചത്.

എന്തായിരുന്നു ആ പഠനം?

സാധാരണ ദിവസങ്ങളിൽ സൂര്യന് സമീപത്തുകൂടി വരുന്ന പ്രകാശ കിരണങ്ങൾ നമുക്ക് കാണാനാവില്ല. സൂര്യന്റെ പ്രകാശം അത്ര ഉജ്ജ്വ

ലമാണല്ലോ? അതുകൊണ്ടാണല്ലോ പകൽ സമയം നമുക്ക് നക്ഷത്രങ്ങളെ കാണാൻ പറ്റാത്തത്. എന്നാൽ ഗ്രഹണ സമയത്ത് സൂര്യപ്രകാശം മങ്ങുന്നതിനാൽ അതിനടുത്തുകൂടി വരുന്ന നക്ഷത്രരശ്മികളെ കാണാം. ശാസ്ത്രജ്ഞന്മാർ ഈ പ്രകാശത്തെ നിരീക്ഷിച്ചപ്പോൾ സൂര്യന് സമീപം അത് വളയുന്നതായി കണ്ടു.

അത് ഏതാണ്ട് ഇങ്ങനെയായിരുന്നു.

ചിത്രം നോക്കുക.

പ്രകാശ കിരണം വക്രമായിക്കാണുന്നു.

സ്ഥലകാലവും വക്രമായി എന്ന് പറയാമോ?

നേരത്തേ നമ്മൾ പറഞ്ഞ ഒരു കാര്യംകൂടി ഒട്ടും പ്രാധാന്യം കുറയാതെ ഇവിടെ നാമോർക്കണം. എല്ലാം ഒന്നുകൂടി ചുരുക്കിപ്പറയാം.

സ്ഥലകാലം ചതുർമാനമാണ്.

നീളവും വീതിയും ഉയരവും മാത്രമല്ല. അതിന് കാലം എന്ന മാനം കൂടിയുണ്ട്. ഈ ചതുർമാന സ്ഥലകാല ലോകം വക്രമാണ്. ഈ വക്രതയുടെ പ്രഭാവമാണ് ഗുരുത്വാകർഷണം.

അതായത് ഗുരുത്വാകർഷണം ഒരു ബലമല്ല.

സൂര്യൻ ഗ്രഹങ്ങളുടെ മേൽ പ്രയോഗിക്കുന്ന ബലം മൂലമല്ല അവ സൂര്യന് ചുറ്റും സ്ഥിരമായി പ്രദക്ഷിണം വയ്ക്കുന്നത്.

പിന്നെയോ?

സൂര്യന്റെ ദ്രവ്യമാനം അതിന് ചുറ്റുമുള്ള സ്ഥലകാല ലോകത്തെ വക്രമാക്കിത്തീർക്കുന്നു. അപ്പോൾ ചുറ്റും ചലിക്കുന്ന എല്ലാ വസ്തുക്കളുടെയും ചലനരേഖ വക്രമാകുന്നു.

അങ്ങനെ ഐൻസ്റ്റൈന്റെ സാമാന്യ ആപേക്ഷികതാ സിദ്ധാന്തം ഗുരുത്വാകർഷണത്തെയും വിശദീകരിച്ചു.

സ്ഥലവും കാലവും ചേർന്ന് സ്ഥലകാലം എന്ന സങ്കല്പം ഉണ്ടായതെങ്ങനെയെന്ന് നേരത്തേ പറഞ്ഞിരുന്നു. സ്ഥലം വക്രമാകുമ്പോൾ അതുകൊണ്ടുതന്നെ കാലവും വക്രമാകുമല്ലോ? ഇവയെല്ലാം ഒരുമിച്ച് പരിഗണിക്കുമ്പോൾ പ്രകാശവേഗതയിൽ സഞ്ചരിക്കുന്ന വസ്തുവിന്റെ ദ്രവ്യമാനം അനന്തമായിത്തീരുമെന്നും അതിന്റെ ഫലമായി അവിടെ കാലം നിശ്ചലമാകുമെന്നും മനസ്സിലാക്കാം.

വസ്തുക്കൾ പ്രകാശവേഗതയെ മറികടന്നാലോ?

കാലം പുറകോട്ട് ഒഴുകും.

നമുക്ക് ഭൂതകാലത്തിലേക്ക് തിരിച്ച് പോകാനാകും.

പക്ഷേ, അത് സാദ്ധ്യമല്ല.

എന്തുകൊണ്ടാണ്?

പ്രകാശവേഗതയേക്കാൾ കൂടിയ വേഗതയിൽ ഒരു വസ്തുവിനും സഞ്ചരിക്കാനാവില്ല.

9

ന്യൂട്രിനോ പ്രവേശിക്കുന്നു

ആധുനിക ഭൗതികത്തിൽ പ്രകാശവേഗതയുടെ പ്രാധാന്യം എന്താണെന്ന് ഇതുവരെ നടത്തിയ ചർച്ചയിലൂടെ നിങ്ങൾക്ക് മനസ്സിലായിട്ടുണ്ടാവും.

അണുക്കളുടെയും അവയിലെ വിവിധ സൂക്ഷ്മ കണികകളുടെയും മേഖലയായ സൂക്ഷ്മ പ്രപഞ്ചത്തിലും ആകാശ ഗോളങ്ങളുടെ ലോകമായ സ്ഥൂല പ്രപഞ്ചത്തിലും പ്രകാശവേഗത അദ്വിതീയമാണ്.

തോല്പിക്കാനാവാത്തത്!

മാറ്റം വരാത്തതുമാണ്.

സൂക്ഷ്മ പ്രപഞ്ചത്തെക്കുറിച്ചുള്ള വിവിധ പഠനശാഖകളിലും ആകാശഗോളത്തെക്കുറിച്ച് പഠിക്കുന്ന പ്രപഞ്ചവിജ്ഞാനീയത്തിലും ഈ പ്രകാശവേഗതയെന്ന പ്രതിഭാസത്തിന് വലിയ സ്ഥാനമുണ്ട്. അതുകൊണ്ടാണ് ആധുനിക ഭൗതികത്തിലെ എല്ലാ വിജ്ഞാനത്തിന്റേയും അടിസ്ഥാനം പ്രകാശവേഗതയെക്കുറിച്ചുള്ള ഐൻസ്റ്റൈന്റെ സങ്കല്പങ്ങളാണ് എന്ന് പറയുന്നത്.

പക്ഷേ....?

അതെ; ഇവിടെ ഒരു വലിയ പക്ഷേയുണ്ട്.

എന്താ.

2011 സെപ്തംബർ മാസത്തിൽ ശാസ്ത്രലോകം ഒന്ന് ഞെട്ടി. പുറമേ നിന്ന് ആരെങ്കിലും ആക്രമിച്ചത് കൊണ്ടായിരുന്നില്ല ആ ഞെട്ടൽ.

പിന്നെയോ?

ഒരു ഗവേഷണ ഫലമാണ് ശാസ്ത്രലോകത്തെ ഞെട്ടിച്ചത്.

ഏത് ഗവേഷണ സ്ഥാപനം, എന്ത് ഗവേഷണം എന്ന് ആദ്യമേ പറ

യാം. ഒന്നാമദ്ധ്യായത്തിൽ നാമതേക്കുറിച്ച് പറഞ്ഞതാണ്.

സേണി (CERN)ലാണ് പരീക്ഷണം നടന്നത്. സേൺ എന്നാൽ യൂറോപ്യൻ അണുശാസ്ത്രഗവേഷണ സംഘടന. 'യൂറോപ്യൻ ഓർഗനൈസേഷൻ ഓഫ് ന്യൂക്ലിയർ റിസേർച്ച്' എന്ന് ഇംഗ്ലീഷിൽ പറയാം.

സേൺ നേരത്തേ തന്നെ പ്രസിദ്ധമാണ്.

ഇവിടെയാണ് ലാർജ്ജ് ഹാഡ്രോൺ കൊളൈഡർ സ്ഥിതി ചെയ്യുന്നത്. പ്രപഞ്ചത്തിലെ സൂക്ഷ്മ കണികകളെക്കുറിച്ചുള്ള പഠനത്തിനാണത്.

ലാർജ്ജ് ഹാഡ്രോൺ കൊളൈഡറിന്റെ വിശദാംശങ്ങൾ ഇവിടെ പരിശോധിക്കുന്നില്ല.

അതൊരു പഴയ പരീക്ഷണമാണ്.

പുതിയ പരീക്ഷണത്തെപ്പറ്റി പറയാം.

പുതിയ പരീക്ഷണം ന്യൂട്രിനോകളെക്കുറിച്ചുള്ളതായിരുന്നു.

എന്താണ് ന്യൂട്രിനോ?

ന്യൂട്രിനോ എന്ന വാക്കിന്റെയർത്ഥം ചെറിയ ന്യൂട്രോൺ എന്നാണ്. അങ്ങനെ വാക്കിന്റെയർത്ഥം പറഞ്ഞതുകൊണ്ട് കാര്യമില്ലല്ലോ?

കാര്യം പറയാം.

വോൾഫ് ഗാങ് പൗളി എന്ന ശാസ്ത്രജ്ഞനാണ് ന്യൂട്രിനോ എന്ന സങ്കല്പം ആദ്യം മുന്നോട്ട് വച്ചത്. റേഡിയോ ആക്ടീവതയുമായി ബന്ധപ്പെട്ട് ഒരു പ്രശ്നത്തിന് പരിഹാരം തേടാനുള്ള ശ്രമത്തിലായിരുന്നു അക്കാലത്ത് പൗളി.

എന്താണ് റേഡിയോ ആക്ടീവത എന്ന് നിങ്ങൾക്കറിയാം.

യൂറേനിയം പോലെയുള്ള ഭാരമേറിയ മൂലകങ്ങൾ ആൽഫ, ബീറ്റ, ഗാമ എന്നീ മൂന്നിനം തരംഗങ്ങളെ പുറത്തുവിടുന്നു. അതിന്റെ ഫലമായി മൂലകത്തിന് മാറ്റം വരുന്നു. ഈ മൂലകം മറ്റൊരു മൂലകമായി മാറുന്നു.

റേഡിയോ ആക്ടീവതയെ ഏറ്റവും ഇങ്ങനെ ചുരുങ്ങിയ വാക്കുകളിൽ പറയാം.

നിങ്ങൾ ഈ പ്രവർത്തനത്തെ ഇനി സങ്കല്പിക്കുക.

ഒരു അണുകേന്ദ്രത്തിൽ നിന്ന് ഒരു ബീറ്റാകണം പുറത്ത് വരുന്നു എന്ന് വിചാരിക്കുക. ബീറ്റാകണം എന്നാൽ ഇലക്ട്രോൺ തന്നെയാണ്. ബീറ്റാകണങ്ങൾക്ക് ഗണ്യമായ തോതിൽ ഊർജ്ജം ഉണ്ട്. അണുകേന്ദ്രത്തിന്റെ ദ്രവ്യമാനത്തിൽ ഒരംശം ഊർജ്ജമായി മാറുന്നതുകൊണ്ടാണ് ഇങ്ങനെ സംഭവിക്കുന്നത്.

പക്ഷേ, ഒരു പ്രശ്നമുണ്ട്.

എന്താണാ പ്രശ്നമെന്നോ?

ബീറ്റാകണം പുറത്തുപോകുമ്പോൾ അണുകേന്ദ്രത്തിന് നഷ്ടമാകുന്ന അത്രയും ഊർജ്ജം ബീറ്റാകണത്തിനില്ല.

ബീറ്റാകണം ഉത്സർജ്ജിക്കുന്നു. അതിന് ഊർജ്ജമുണ്ട്. ഈ ഊർജ്ജം ബീറ്റാകണം പുറത്തുവരുന്ന അണുകേന്ദ്രത്തിന് നഷ്ടമാകുന്നതാണ്.

കാര്യങ്ങൾ ലളിതമായി ഇങ്ങനെയാണ്. പക്ഷേ, ഇതിലെ കണക്ക് ഒക്കണമെങ്കിൽ ഒരു വ്യവസ്ഥ പാലിക്കേണ്ടിവരും.

മനസ്സിലായില്ലേ?

അണുകേന്ദ്രത്തിന് നഷ്ടമാകുന്ന ദ്രവ്യമാനവും ബീറ്റാകണത്തിനുള്ള ഊർജ്ജവും തുല്യമായിരിക്കണം.

അല്ലെങ്കിലോ?

അണുകേന്ദ്രത്തിന് നഷ്ടമാകുന്ന ഊർജ്ജം മറ്റെവിടെയോ പോയിട്ടുണ്ടാവും.

ഈ പ്രശ്നം എങ്ങനെ പരിഹരിക്കാം എന്നതായിരുന്നു പൗളിയുടെ പരിശോധന. വളരെ ലളിതമായ രീതിയിൽ തന്നെ പൗളി അതിനൊരു പരിഹാരം നിർദ്ദേശിച്ചു.

1930 ലാണ് ഇത് നടക്കുന്നത്.

പൗളി പറഞ്ഞത് ഇങ്ങനെയായിരുന്നു.

ബീറ്റാകണത്തിനൊപ്പം ഒരു ചെറിയ കണികകൂടി പുറത്തുവരുന്നുണ്ട്.

അണുകേന്ദ്രത്തിലെ കണികകൾ ഏതെല്ലാമാണെന്ന് നിങ്ങൾക്കറിയാം. പ്രോട്ടോണും ന്യൂട്രോണും ആണവ. ഇവയിൽ പ്രോട്ടോണിന് പോസിറ്റീവ് ചാർജ്ജ് ഉണ്ട്. ന്യൂട്രോൺ വൈദ്യുതപരമായി ഉദാസീനമാണ്. ചാർജ്ജില്ല.

ഏണസ്റ്റ് റൂഥർഫോർഡ്

അണുകേന്ദ്രത്തിന് ചുറ്റും ഇലക്ട്രോണുകൾ ഭ്രമണം ചെയ്യുന്നു എന്നായിരുന്നു ആദ്യസങ്കല്പം. ഏണസ്റ്റ് റൂഥർഫോർഡാണ് ഈ സങ്കല്പനം മുന്നോട്ടുവച്ചത്.

പിന്നീട് അതങ്ങനെയല്ല, അണുകേന്ദ്രത്തിന് ചുറ്റും ഒരു തരംഗമായി ഇലക്ട്രോൺ നിലനില്ക്കുന്നു എന്ന ആശയം വന്നു.

ശ്രദ്ധിക്കേണ്ട സംഗതി അണുകേന്ദ്രത്തിന് ചുറ്റുമുള്ള ഈ ഇലക്ട്രോണല്ല ബീറ്റാകണമായി പുറത്തുവരുന്നതെന്നാണ്. അണുകേന്ദ്രത്തിലെ ന്യൂട്രോൺ പിളർന്ന് ഒരു പ്രോട്ടോണും ഒരു ഇലക്ട്രോണുമായി മാറുകയാണ്.

പൗളി പറഞ്ഞത് ഇതോടൊപ്പം ഒരു കുഞ്ഞ് ന്യൂട്രോൺകൂടി പുറത്ത് വരുന്നുണ്ടെന്നാണ്.

പക്ഷേ, ഇതൊരു കണക്കൊപ്പിക്കൽ മാത്രമാണ്. ഏതൊരാൾക്കും സങ്കല്പിക്കാവുന്ന ലളിതമായ ഒരു പരിഹാരം. അങ്ങനെ സൈദ്ധാന്തികമായി മാത്രം പറഞ്ഞതുകൊണ്ടായില്ലല്ലോ? ഈ കണം ഉണ്ടോ ഇല്ലയോ എന്ന് വസ്തുനിഷ്ഠമായി കണ്ടെത്തണമല്ലോ?

ഈ പഠനം മുന്നോട്ടുകൊണ്ടു പോയത് എൻറിക്കോ ഫെർമിയാണ്. അണുകേന്ദ്രത്തിലെ ന്യൂട്രോണിൽ നിന്ന് വ്യത്യസ്തമാണ് പൗളി സങ്കല്പിച്ച കണം എന്ന് ഫെർമി മനസ്സിലാക്കി. അവയ്ക്ക് ഫെർമി ഒരു പേരിട്ടു. അതാണ് ന്യൂട്രിനോ.

ന്യൂട്രിനോ എന്നത് ഒരു ഇറ്റാലിയൻ വാക്കാണ്.

അർത്ഥം കുഞ്ഞ് ന്യൂട്രോൺ.

ഇനി ഫെർമിയുടെ വാദം എന്താണെന്ന് നോക്കാം.

റേഡിയോ ആക്ടീവതയുള്ള ഒരു മൂലകത്തിലെ അണുകേന്ദ്രത്തിലെ ന്യൂട്രോൺ മൂന്നായി വിഘടിക്കുന്നു.

ഒരു പ്രോട്ടോൺ

ഒരു ഇലക്ട്രോൺ

ഒരു ന്യൂട്രിനോ.

ഇതാണ് ബീറ്റാ വികിരണം.

പൗളിയെക്കാൾ ഒരു പടികൂടി മുന്നോട്ടുപോയി ഫെർമി എന്ന് വേണമെങ്കിൽ പറയാം. ഫെർമിയെക്കാൾ മുമ്പേ ജയിംസ് ചാഡ്വിക്ക് ന്യൂട്രോണിന്റെ അസ്തിത്വം കണ്ടെത്തിയിരുന്നു. അതുകൊണ്ടാണ് ന്യൂട്രിനോ തികച്ചും മറ്റൊന്നാണ് എന്ന് ഫെർമിക്ക് പറയാൻ കഴിഞ്ഞത്.

പക്ഷേ, ഫെർമിയുടെ പറച്ചിലും സൈദ്ധാന്തികം മാത്രമായിരുന്നു. ന്യൂട്രിനോയെ വസ്തുനിഷ്ഠമായി കണ്ടെത്താൻ അപ്പോഴും കഴിഞ്ഞിരുന്നില്ല.

ഒടുവിൽ 1956 ലാണ് ന്യൂട്രിനോയെ കണ്ടെത്തിയത്. ഒരു സംഘം ശാസ്ത്രജ്ഞന്മാരായിരുന്നു ഇത് സംബന്ധിച്ച ഗവേഷണഫലം പുറത്തുവിട്ടത്.

ക്ലൈഡ് കോവൻ, ഫെഡറിക് റേയിൻസ്, എഫ് ബി ഹാരിസൺ, എച്ച് ഡബ്ല്യൂ ക്രൂസ്, എ സി മക്ഗിരേ എന്നിങ്ങനെ അഞ്ചുപേർ.

പിന്നീട് ധാരാളം കാര്യങ്ങൾ ന്യൂട്രിനോകളെക്കുറിച്ച് മനസ്സിലായി. പ്രപഞ്ചത്തിന്റെ വിദൂരമേഖലകളിൽ സ്ഥിതിചെയ്യുന്ന സൂപ്പർനോവകളിലും പൾസാറുകളിലും അനുനിമിഷം കോടാനുകോടി ന്യൂട്രിനോകൾ ഉണ്ടായിക്കൊണ്ടിരിക്കുന്നു. പ്രപഞ്ചത്തിലെങ്ങും കോസ്മിക് രശ്മികളിൽ ഒരു വിഭാഗമായി അവ വ്യാപിച്ചുകൊണ്ടിരിക്കുന്നു. അവ ഒന്നിനോടും പ്രതികരിക്കുന്നില്ല.

ദ്രവ്യമാനം ശൂന്യം എന്ന് പറയാവുന്നത്രയും ചെറുതാണ്.

അതുകൊണ്ടെന്താ?

ഏത് വസ്തുവിനെയും തുളച്ച് അപ്പുറം കടന്നുപോകും. നമ്മുടെ ശരീരത്തിലൂടെയും കടന്നുപോകും. ഭൂമി തുളച്ചും കടന്നുപോകും. നമുക്ക് ചുറ്റുമുള്ള ഓരോ ചതുരശ്ര സെന്റീമീറ്റർ സ്ഥലത്തുകൂടിയും 6500 കോടി ന്യൂട്രിനോകൾ കടന്ന് പോയിക്കൊണ്ടിരിക്കുന്നു.

അത്ഭുതപ്പെടുത്തുന്നവയാണിവ

ഇനിയുമുണ്ട് കാര്യങ്ങൾ പറയാൻ.

മൂന്നുതരം ന്യൂട്രിനോകൾ ഉണ്ട്.

ഇലക്ട്രോൺ ന്യൂട്രിനോ

മ്യുവോൺ ന്യൂട്രിനോ

ടോ ന്യൂട്രിനോ

പ്രപഞ്ചസഞ്ചാരത്തിനിടയിൽ ഇവ പരസ്പരം വേഷം മാറും. സൂര്യനിൽ ഉണ്ടാകുന്ന ന്യൂട്രിനോകളെപ്പറ്റി പഠിച്ചപ്പോഴാണ് ഇത് മനസ്സിലായത്.

സൂര്യനിൽ വലിയ തോതിൽ ഇലക്ട്രോൺ ന്യൂട്രിനോകൾ ഉത്പാദിപ്പിക്കപ്പെടുന്നുണ്ട്. അവ ഭൂമിയിലേക്ക് വരുന്നുമുണ്ട്.

ഒരു കണക്കെടുത്ത് നോക്കി

എത്ര ന്യൂട്രിനോകൾ ഉണ്ടാകുന്നു?

അവയിലെത്ര ഭൂമിയിൽ വരുന്നു.

അപ്പോഴല്ലേ മറിമായം.

സൂര്യനിൽ ഉണ്ടാകുന്നത് ഇലക്ട്രോൺ ന്യൂട്രിനോകളാണ്. പക്ഷേ, ഭൂമിയിലെത്തുന്നതിൽ മറ്റു രണ്ട് തരങ്ങളുമുണ്ട്.

ഈ വേഷം മാറൽ എങ്ങനെ സംഭവിക്കുന്നു?

ഈ പ്രശ്നത്തെ സോളാർ ന്യൂട്രിനോ പ്രോബ്ലം എന്ന് വിളിച്ചു.

സൗര ന്യൂട്രിനോ പ്രശ്നം എന്ന് മലയാളത്തിൽ പറഞ്ഞോളൂ.

ഇത് പരിഹരിക്കാൻ ഒരു പുതിയ സങ്കല്പനം മുന്നോട്ടുവച്ചു.

ന്യൂട്രിനോകൾ പദാർത്ഥങ്ങളിലൂടെ സഞ്ചരിക്കുമ്പോൾ അവയുടെ തരം മാറുന്നു.

നേരത്തേ പറഞ്ഞതുപോലെ, ഇങ്ങനെയൊരു സങ്കല്പനം പറഞ്ഞാൽ മതിയോ?

പോര.

പിന്നെയോ?

തെളിയിക്കണം; വസ്തുനിഷ്ഠമായി.

പല കാര്യങ്ങളും പഠിക്കണമായിരുന്നു; അതിന്.

1980 കൾ മുതൽ ഇതിനായുള്ള പരീക്ഷണങ്ങൾ നടന്നുവരികയായിരുന്നു.

ചില കാര്യങ്ങളിൽ തീരുമാനമായി.

ഒന്ന്, ന്യൂട്രിനോ പ്രകാശവേഗതയിൽ സഞ്ചരിക്കാം.

രണ്ട്, അതിന്റെ ദ്രവ്യമാനം ഏകദേശം പൂജ്യമാണ്.

വൈദ്യുതപരമായി ചാർജ്ജില്ല.

ഇവയൊക്കെ സൂര്യനിൽനിന്ന് വരുന്ന ന്യൂട്രിനോകളെ പഠിച്ച് മനസ്സിലാക്കിയ സംഗതിയാണ്.

എന്നാൽ ഉന്നത ഊർജ്ജത്തിൽ ഇത്തരം പരീക്ഷണങ്ങൾ എന്തു ഫലമായിരിക്കും തരിക എന്ന് പരീക്ഷണശാലയിൽ തെളിയിക്കേണ്ടതുണ്ടായിരുന്നു. ഇതിനാണ് സേണിലെ പരീക്ഷണം ഒരുക്കിയത്.

പശ്ചാത്തലം മനസ്സിലായില്ലേ?

ഇനി സേണിലെ പരീക്ഷണം എന്തായിരുന്നുവെന്നും അതിന്റെ ഫലമെന്തായിരുന്നു എന്നും നോക്കാം.

10

പ്രകാശത്തിന്റെ പ്രതിസന്ധി

എന്തായിരുന്നു ന്യൂട്രിനോ പരീക്ഷണം എന്നാണ് ഇനി പറയാൻ പോകുന്നത്.

ഓപ്പെറ എന്നായിരുന്നു പരീക്ഷണത്തിന്റെ പേര്.

'Oscillation project with emulsion Racking apparatus.'

-എന്ന് ഇംഗ്ലീഷിൽ മുഴുവൻ പേര്.

ന്യൂട്രിനോ ദോലനം പഠിക്കാനുള്ള സംവിധാനം എന്ന് മനസ്സിലാക്കിക്കൊള്ളുക.

എന്താണ് ന്യൂട്രിനോ ദോലനം?

അത് നേരത്തേ പറഞ്ഞ സംഗതിയാണ്.

സൂര്യനിൽ ന്യൂട്രിനോ ഉണ്ടാകുന്നു. അവ ഇലക്ട്രോൺ ന്യൂട്രിനോകളാണ്. അവയുടെ അനന്തപ്രവാഹത്തിന്റെ ഭാഗമായി ഭൂമിയിലും എത്തുന്നു. പക്ഷേ, ഭൂമിയിൽ എത്തുന്നതിൽ മ്യൂവോൺ ന്യൂട്രിനോകളും ടോ ന്യൂട്രിനോകളും ഉണ്ടാകും.

ഇതാണ് സോളാർ ന്യൂട്രിനോ ഓസിലേഷൻ പ്രോബ്ലം.

1957 ൽ പോണ്ടികോർവ എന്ന ശാസ്ത്രജ്ഞനാണ് ഇതെങ്ങനെ സംഭവിക്കുന്നു എന്ന് പരിശോധിക്കാൻ ശ്രമിച്ചത്. 1985 ആയപ്പോൾ സ്ലാനിസ്ലാവ് മിഖിയേഫ്, അലക്സി സ്മിർനോഫ് എന്നീ രണ്ടു ശാസ്ത്രജ്ഞന്മാർ പോണ്ടികോർവേയുടെ ആശയം വികസിപ്പിച്ച് ഒരു പുതിയ നിഗമനത്തിൽ എത്തി.

അതിങ്ങനെയായിരുന്നു:

സൂര്യന്റെ അകക്കാമ്പിൽ രൂപംകൊള്ളുന്ന ഇലക്ട്രോൺ ന്യൂട്രിനോകൾ സൂര്യന് പുറത്തേക്കുള്ള സഞ്ചാര വഴിയിലും പിന്നീട് ഭൂമിയിലേക്കുള്ള വഴിയിലും ഒക്കെ വച്ച് മ്യൂവോൺ ന്യൂട്രിനോയും റ്റോ ന്യൂട്രി

നോയും ഒക്കെ ആയി രൂപം മാറുന്നു.

ന്യൂട്രിനോകൾ സഞ്ചരിക്കുമ്പോൾ അവയിൽ ചിലതിന്റെ തരം മാറുന്നു എന്നർത്ഥം.

ഇതാണ് ന്യൂട്രിനോ ഫ്ളേവർ ഓസിലേഷൻ. ഇതേക്കുറിച്ച് പഠിക്കാനായിരുന്നു ന്യൂട്രിനോ പരീക്ഷണം അഥവ ഓപെറ ലക്ഷ്യമിട്ടത്.

ചക്കിന് വച്ചത് കൊക്കിന് കൊണ്ടു എന്നപോലെയായി കാര്യങ്ങൾ.

എന്താണെന്നോ?

പറയാം.

ജനീവയിലുള്ള സേൺ പരീക്ഷണശാലയിലാണ് ന്യൂട്രിനോ പരീക്ഷണം നടന്നത് എന്ന് നേരത്തേ പറഞ്ഞു. ഇവിടെ ന്യൂട്രിനോകൾ ഉത്പാദിപ്പിക്കപ്പെടുന്നു. അവ ഇറ്റലിയിലെ LNGS എന്ന പരീക്ഷണശാലയിലേക്ക് യാത്രയാകും. ഈ പുസ്തകം തുടങ്ങിയപ്പോൾ നമ്മൾ ഈ പരീക്ഷണത്തെക്കുറിച്ച് പറഞ്ഞിരുന്നത് ഓർമ്മയുണ്ടാകുമല്ലോ!

ഇറ്റലിയിലെ ഗ്രാൻസാസോയിലാണ് LNGS. 'Laboratari Nazionali del Gran Sasso' എന്നാണ് പരീക്ഷണശാലയുടെ മുഴുവൻ പേര്. ഗ്രാൻസാസോയിലെ നാഷണൽ ലബോറട്ടറി എന്നർത്ഥം.

ഇതൊരു ഭൂഗർഭ പരീക്ഷണശാലയാണ്.

ഭൂമിക്കടിയിലൂടെയാണ് ന്യൂട്രിനോകളുടെ യാത്ര.

730 കിലോമീറ്റർ ദൂരം.

പോര; കൃത്യമായിപ്പറയണം.

730 കിലോമീറ്റർ, 534 മീറ്റർ, 61 സെന്റീമീറ്റർ.

സേണിൽ ഒരു തരത്തിലുള്ള ന്യൂട്രിനോകളെ ഉണ്ടാക്കി വിട്ടാൽ അത് ഗ്രാൻസാസോയിൽ എത്തുമ്പോൾ രൂപം മാറുന്നുണ്ടോ എന്നാണ് അറിയേണ്ടിയിരുന്നത്. ഒപ്പം ന്യൂട്രിനോകളുടെ വേഗതയെ സംബന്ധിക്കുന്ന അനിശ്ചിതത്വം മാറുകയും വേണം.

വേഗത എങ്ങനെ കണ്ടെത്തും?

ലളിതം.

പുറപ്പെട്ട സമയം രേഖപ്പെടുത്തുക. ലക്ഷ്യത്തിലെത്തിയ സമയം നോക്കുക. അവ തമ്മിലുള്ള വ്യത്യാസത്തെ സഞ്ചരിച്ച ദൂരംകൊണ്ട് ഹരിക്കുക.

ഒറ്റ പ്രശ്നമേയുള്ളൂ.

ന്യൂട്രിനോ എന്ന, നമുക്ക് ഒട്ടും പിടിതരാത്ത, അതിസൂക്ഷ്മ കണികകളാണ് പരീക്ഷണവസ്തുക്കൾ.

ശരി; പരീക്ഷണം നടന്നു.

എന്നിട്ടോ?

പ്രകാശത്തിന് ഇത്രയും ദൂരം സഞ്ചരിക്കാൻ 0.0024368 സെക്കന്റ് സമയം വേണം എന്നറിയാം.

ഈ സമയക്കണക്ക് സെക്കന്റുകളിൽ പറഞ്ഞാൽ നമുക്ക് ഒന്നും മനസ്സിലാവില്ല. കാരണം അത്രയും ചെറിയ സമയമാണിത്. അതുകൊണ്ട്

നമുക്കിതിനെ നാനോ സെക്കന്റിൽ പറയാം. ഒരു സെക്കന്റിന്റെ നൂറു കോടിയിൽ ഒരു ഭാഗം വരുന്ന സമയമാണ് ഒരു നാനോ സെക്കന്റ് എന്നു മുമ്പു പറഞ്ഞതാണല്ലോ.

0.0000000001 സെക്കന്റാണ് ഒരു നാനോ സെക്കന്റ്, അപ്പോൾ നേരത്തേ പറഞ്ഞ സമയം എത്ര നാനോ സെക്കന്റ് ആയിരിക്കും?

ഏതാണ് 2436800 നാനോ സെക്കന്റുകൾ.

അതായത് ഒരു സെക്കന്റിന്റെ നൂറുകോടിയിൽ ഒരംശം സമയത്തിന്റെ 2436800 ഇരട്ടി. നമ്മുടെ നിത്യജീവിതത്തിൽ കാണുന്ന ഒന്നിനോടും താരതമ്യം ചെയ്യാൻ കഴിയാത്ത അത്ര ചെറുതാണീ സമയ ദൈർഘ്യം.

നമുക്കത് സങ്കല്പിക്കാനാവില്ല.

ഇനി ന്യൂട്രിനോകൾ ഈ ദൂരം ഓടിത്തീർക്കാൻ എത്ര സമയം എടുത്തു എന്നറിയണ്ടേ?

2436740 നാനോ സെക്കന്റുകൾ.

പ്രകാശം സഞ്ചരിക്കാൻ എടുക്കുമായിരുന്നതിനേക്കാൾ അറുപത് നാനോ സെക്കന്റുകൾ കുറവ്. കൃത്യമായ സമയത്തിൽ ചിലപ്പോൾ വളരെ ചെറിയ വ്യത്യാസം വന്നേക്കാം. ഇതിനേക്കാൾ കൃത്യമായി നമുക്ക് അതിനെ വിശദീകരിക്കാനാവില്ല.

ഇതിൽ നിന്ന് ന്യൂട്രിനോകളുടെ വേഗത കണക്കാക്കാമോ?

എളപ്പമാണത്.

730.53461 കിലോമീറ്റർ ദൂരം സഞ്ചരിക്കാനാണ് ന്യൂട്രിനോകൾ 2436740 നാനോസെക്കന്റ് എടുത്തത്. അങ്ങനെയാണെങ്കിൽ ഒരു നാനോ സെക്കന്റുകൊണ്ട് ന്യൂട്രിനോകൾ

730.53461/2436740 കിലോമീറ്റർ;

അതായത് 0.0002998 കിലോമീറ്റർ സഞ്ചരിക്കും. ഇതിനെ നൂറ് കോടി കൊണ്ട് ഗുണിച്ചാൽ ന്യൂട്രിനോകൾ ഒരു സെക്കന്റിൽ സഞ്ചരിക്കുന്ന ദൂരം കണ്ടെത്താം. അത് 299800 കിലോമീറ്റർ ആണ്.

അപ്പോൾ ന്യൂട്രിനോ പ്രകാശവേഗതയേക്കാൾ (299792.458 കി.മീ/സെ) കൂടിയ വേഗതയിൽ സഞ്ചരിക്കുന്നു എന്ന് കിട്ടി.

ഈ സംഖ്യകൾ നമുക്ക് കണക്ക് കൂട്ടാവുന്ന പരിധികൾക്കുള്ളിൽ നിന്ന് കണക്കാക്കിയതാണ്. അതി സൂക്ഷ്മമായ വ്യത്യാസങ്ങൾ ഇതിലും ഉണ്ടായേക്കാം.

എന്തായാലും ഈ പരീക്ഷണ ഫലത്തിൽ ഓപെറ പരീക്ഷണങ്ങൾക്ക് നേതൃത്വം നല്കിയ അന്റോണിയോ ഏറിഡിറ്റാറ്റോയും സംഘവും ഞെട്ടിപ്പോവുക തന്നെ ചെയ്തു.

എന്താണ് കാരണം?

ന്യൂട്രിനോകൾ പ്രകാശവേഗതയെ മറികടന്നിരിക്കുന്നു.

പ്രകാശവേഗതയെ മറികടക്കാൻ പ്രപഞ്ചത്തിൽ ഒന്നിനും ആവില്ല എന്നാണല്ലോ ഐൻസ്റ്റൈന്റെ സിദ്ധാന്തം. അതിന്റെ അടിസ്ഥാനത്തി

ലാണല്ലോ ആപേക്ഷികതാ സിദ്ധാന്തം രൂപപ്പെട്ടിരിക്കുന്നത്. അതിന്റെ വിശദാംശങ്ങളും പ്രാധാന്യവും നമ്മൾ മുൻ അദ്ധ്യായങ്ങളിൽ കണ്ടതാണ്.

അതായത് ഇത്രയധികം അംഗീകരിക്കപ്പെട്ട ഒരു അടിസ്ഥാന തത്ത്വത്തിന് വിരുദ്ധമായ ഒന്നാണ് തങ്ങൾ കണ്ടെത്തിയിരിക്കുന്നതെന്ന് മനസ്സിലായപ്പോൾ ആ ശാസ്ത്രജ്ഞർ വല്ലാതെ വിസ്മയം പൂണ്ടുപോയി.

ഇനി നമുക്ക് തെറ്റിയതാണെങ്കിലോ എന്നായി അവർ.

അതെ; അതിനും സാദ്ധ്യതയുണ്ടല്ലോ? ഒരു പരീക്ഷണവും ഒരു തവണമാത്രം ചെയ്തുനോക്കി അന്തിമ തീരുമാനത്തിൽ എത്താൻ പറ്റില്ലല്ലോ? പരീക്ഷണങ്ങളിൽ വരാവുന്ന ചെറിയ പിഴവുകൾ കൊണ്ടുപോലും ഫലത്തിൽ മാറ്റം വന്നേക്കാം. അതും സമയം നാനോ സെക്കന്റിൽ അളക്കേണ്ടിവരുന്ന ഒരു പരീക്ഷണത്തിൽ.

അതുകൊണ്ട് അവർ എന്തു ചെയ്തെന്നോ?

പരീക്ഷണം ആവർത്തിച്ചു.

ഒന്നല്ല; പതിനയ്യായിരത്തിലധികം തവണ പരീക്ഷണം ചെയ്തു നോക്കി. അപ്പോഴൊക്കെ ഒരേ ഫലം തന്നെ.

പ്രകാശത്തിനല്ല ന്യൂട്രിനോയ്ക്കാണ് വേഗത കൂടുതൽ.

എന്താണിതിന്റെയർത്ഥം?

ഐൻസ്റ്റൈൻ മുന്നോട്ടുവച്ച സങ്കല്പനങ്ങൾ പൂർണ്ണമായി ശരിയല്ല എന്ന് വരും. പ്രപഞ്ചത്തെക്കുറിച്ചുള്ള പഠനങ്ങൾ പലതും മാറ്റിയെഴുതേണ്ടി വരും. ഭൗതികത്തിൽ ഇപ്പോഴുള്ള നിയമങ്ങൾ പലതും മാറിപ്പോകും. പഠിക്കാനും അന്വേഷിക്കാനും അറിയാനും നിരവധി പുതിയ മേഖലകൾ ഉയർന്നുവരും. ഭൗതിക ശാസ്ത്രത്തിന്റെ മുന്നിൽ പുതിയ വെല്ലുവിളികൾ വരും. ശാസ്ത്രസങ്കല്പനങ്ങൾ പലതും മാറിയേക്കാം.

ഇതൊരു പ്രതിസന്ധിയാണോ?

അല്ല; ശാസ്ത്രലോകത്തിൽ പ്രതിസന്ധി എന്നൊന്നില്ല. ഓരോ കാലഘട്ടത്തിലും അന്നുവരെ ശരിയെന്ന് ഉറച്ച് വിശ്വസിച്ചിരുന്ന പലതും തിരുത്തിക്കൊണ്ടാണ് ശാസ്ത്രലോകം വളർന്നത്.

ഭൂമിയല്ല സൂര്യനാണ് പ്രപഞ്ചത്തിന്റെ കേന്ദ്രം എന്ന് കോപ്പർനിക്കസ് പറഞ്ഞപ്പോൾ അതുവരെ ശരിയെന്ന് കരുതിയ ഒരു വലിയ സങ്കല്പം തെറ്റുകയായിരുന്നുവല്ലോ?

കോപ്പർ നിക്കസിന് ഒരു ചെറിയ വലിയ തെറ്റുപറ്റിയിരുന്നു. സൂര്യൻ പ്രപഞ്ചത്തിന്റെയല്ല സൗരയൂഥത്തിന്റെ കേന്ദ്രമാണ് എന്നാണ് പറയേണ്ടിയിരുന്നത്.

പിന്നീട് ഗലീലിയോ വന്നു.

അദ്ദേഹം എത്രയോ അടിസ്ഥാന പ്രമാണങ്ങൾ തന്നെ തിരുത്തിയെഴുതി.

ന്യൂട്ടൺ ഗുരുത്വാകർഷണ നിയമവും ചലന നിയമവും പറഞ്ഞപ്പോൾ അതുവരെയുണ്ടായിരുന്ന എത്രയോ വലിയ അറിവുകൾ പൊളിഞ്ഞുവീണു.

പ്രകാശത്തെക്കുറിച്ചുള്ള അറിവുകൾ തന്നെ പലതവണ തകിടം മറിയുന്നത് നാം കണ്ടു. ഒടുവിൽ ഐൻസ്റ്റൈൻ വന്ന് അതുവരെയുള്ള എല്ലാറ്റിനേയും തകർത്തില്ലേ?

ശാസ്ത്രം അങ്ങനെയാണ്.

നിലവിലുള്ള അറിവുകളെ ഓരോ നിമിഷവും അത് പുതുക്കിക്കൊണ്ടിരിക്കുന്നു.

അതായത് ആപേക്ഷികതാ സിദ്ധാന്തത്തേക്കാൾ പൂർണ്ണതയുള്ള മറ്റൊരു സിദ്ധാന്തം വേണ്ടിവന്നേക്കാം. പഠിക്കാനും പരിശോധിക്കാനും പുതിയ വിഷയങ്ങൾ കിട്ടുമെന്നതിനാൽ ശാസ്ത്രജ്ഞർക്ക് തീർച്ചയായും സന്തോഷമായിരിക്കും.

വളരെ വിചിത്രമെന്ന് തോന്നാവുന്ന ഒരു അഭിപ്രായം ഇതിനിടയിൽ തന്നെ വന്നു. അത് പ്രപഞ്ചത്തിന്റെ മാനങ്ങളെക്കുറിച്ചാണ്.

മാനങ്ങൾ എന്നാൽ എന്താണെന്ന് നിങ്ങൾക്കറിയാം. സമയം പ്രപഞ്ചത്തിന്റെ നാലാം മാനമാണ് എന്ന് നേരത്തേ പറഞ്ഞിട്ടുണ്ട്.

മൂന്ന് മാനങ്ങൾ (Three diamensions) ഉള്ള പ്രപഞ്ചമാണ് സാധാരണക്കാർ കാണുന്നത്. സമയവും പ്രപഞ്ചത്തിന്റെ ഒരു മാനം തന്നെ. അപ്പോൾ നാല് മാനമായി. പ്രപഞ്ചത്തിന് നാലിൽ കൂടുതൽ മാനങ്ങൾ ഉണ്ടെങ്കിലോ? അഞ്ചാമതൊരു മാനം? നീളവും വീതിയും ഘനവും സമയവും അല്ലാത്ത ഒരു മാനം.

സങ്കല്പിക്കാൻ പ്രയാസമാണ്.

എന്നാലും ചിന്തിച്ചുനോക്കൂ.

ന്യൂട്രിനോകൾ നമുക്ക് സങ്കല്പിക്കാൻ കഴിയാത്ത ഒരു മാനത്തിലൂടെയാണ് സഞ്ചരിക്കുന്നതെങ്കിലോ?

പ്രകാശവേഗതയെ അതിലംഘിക്കാതെ തന്നെ അവയ്ക്ക് പ്രകാശത്തിന് മുമ്പേ തന്നെ ലക്ഷ്യസ്ഥാനത്തെത്താം.

നമുക്കിത് വളരെ വിചിത്രമായ ഒരു ഭാവനയായി തോന്നിയേക്കാം.

ഇതൊരു സാദ്ധ്യതയാണ്. ഓപെറ പരീക്ഷണങ്ങൾ ശരിയാണെങ്കിൽ ഇത്തരം അനുമാനങ്ങൾക്ക് സാദ്ധ്യതയുണ്ട്. ഓപെറ പരീക്ഷണം തെറ്റാണെങ്കിലോ? മുമ്പേ പറഞ്ഞ 730 കിലോമീറ്റർ 534 മീറ്റർ 61 സെന്റീമീറ്റർ ദൂരം അളന്നപ്പോൾ ഒരു ഇരുപത് മീറ്ററിന്റെ വ്യത്യാസം വന്നാൽ പോലും കണക്ക് തെറ്റും. സമയം അളന്നപ്പോൾ പിശക് വന്നിട്ടുണ്ടെങ്കിലും കണക്ക് തെറ്റും. പതിനയ്യായിരം തവണ ആവർത്തിച്ചു എന്നതൊക്കെ ശരിതന്നെ. എന്നാലും ഐൻസ്റ്റൈനെയാണ് വെല്ലുവിളിക്കുന്നത് എന്നോർമ്മിച്ചോളൂ.

വേറെയുമുണ്ട് ചില പ്രശ്നങ്ങൾ.

പരീക്ഷണത്തിന്റെ ഏകോപനം നടത്തിയിരിക്കുന്നത് റേഡിയോ വികിരണങ്ങൾ ഉപയോഗിച്ച് പ്രവർത്തിക്കുന്ന ഉപകരണങ്ങൾ ഉപയോഗിച്ചാണ്. റേഡിയോ വികിരണങ്ങൾ വായുവിലൂടെയാണ് സഞ്ചരിക്കുന്നത്. പ്രകാശം ശൂന്യതയിൽ സഞ്ചരിക്കുന്ന വേഗതയെക്കുറിച്ചാണ്

ആദ്യം പറഞ്ഞതെല്ലാം. പ്രകാശം ഒരു വൈദ്യുത കാന്തിക തരംഗമാണെന്നും നാം പറഞ്ഞു.

ഒരു വൈദ്യുത കാന്തിക തരംഗം ശൂന്യതയിൽ സഞ്ചരിക്കുന്ന വേഗതയെക്കാൾ കുറവായിരിക്കും വായുവിലൂടെ സഞ്ചരിക്കുന്ന വേഗത.

ഇതല്പം സങ്കീർണ്ണമായ ശാസ്ത്രമാണ്.

എന്തായാലും വായുവിലൂടെ സഞ്ചരിക്കുന്ന റോഡിയോ വികിരണങ്ങൾ ഉപയോഗിച്ച് ഏകോപനം നടത്തി ശൂന്യതയിലെ പ്രകാശവേഗതയെക്കാൾ കൂടിയ വേഗതയിൽ ന്യൂട്രിനോകൾ സഞ്ചരിക്കുന്നു എന്ന നിഗമനത്തിൽ എത്തുന്നത് ശരിയല്ല എന്നാണ് ഒരു വിഭാഗം ശാസ്ത്രജ്ഞന്മാർ പറഞ്ഞു.

അങ്ങനെ പലതരം ചർച്ചകൾ നടന്നു.

ശരി, എന്നിട്ടെന്തുണ്ടായി?

നമുക്ക് നോക്കാം.

11

ഐൻസ്റ്റൈൻ തന്നെ ശരി

രണ്ടായിരത്തിപന്ത്രണ്ട് മാർച്ച് 16.

അന്നത്തെ പത്രത്തിൽ ഒരു വാർത്തയുണ്ടായിരുന്നു. അതിന്റെ തലക്കെട്ട് ഇങ്ങനെയായിരുന്നു.

"ഐൻസ്റ്റൈൻ തന്നെ ശരി.

ന്യൂട്രിനോകൾ പ്രകാശത്തെ ഓടിത്തോല്പിച്ച പരീക്ഷണത്തിൽ ചില പിഴവുകൾ ഉണ്ടായിരുന്നതായി വാർത്ത വിശദീകരിച്ചു. അത്രേ ഉണ്ടായിരുന്നുള്ളൂ. ആ വാർത്തയിൽ മേയ് മാസമായപ്പോൾ വിശദമായ വാർത്തകൾ വന്നുതുടങ്ങി. അന്നു വന്ന ഒരു ചെറുലേഖനം അതേപടി താഴെക്കൊടുക്കുന്നു.

വായിച്ച് നോക്കൂ:

"ഒരു അപ്രതീക്ഷിത വിവാദത്തിലൂടെ ലോകമെങ്ങും ചർച്ച ചെയ്യപ്പെട്ട പരീക്ഷണഫലം ശാന്തമായി തിരുത്തപ്പെട്ടതാണ് രണ്ടുമാസം മുമ്പ് ശാസ്ത്രലോകത്തുണ്ടായ ഒരു പ്രധാന വിഷയം. ഐൻസ്റ്റൈന് തെറ്റിയോ എന്നായിരുന്നു ചോദ്യം. വിഷയം പ്രകാശത്തിന്റെ വേഗതയുമായി ബന്ധപ്പെട്ടതും. പ്രസിദ്ധമായ ആസേൺ പരീക്ഷണം ഓർമ്മയുണ്ടായിരിക്കുമല്ലോ? പ്രകാശത്തേക്കാൾ വേഗതയിൽ ന്യൂട്രിനോകൾ എന്ന മൗലിക കണങ്ങൾ സഞ്ചരിക്കുന്നു എന്ന് കണ്ടെത്തിയ പരീക്ഷണം. കഴിഞ്ഞ സെപ്തംബറിലാണത് (2011) പുറത്ത് വന്നത്. അതേത്തുടർന്ന് ലോകത്തെമ്പാടുമുള്ള മാധ്യമങ്ങളും ശാസ്ത്രജ്ഞരും വലിയ തോതിലുള്ള ചർച്ച അഴിച്ച് വിട്ടിരുന്നു.

പുതിയ വാർത്ത കഴിഞ്ഞ മാർച്ച് (2012) 16 നാണ് പുറത്തുവന്നത്. ഐൻസ്റ്റൈൻ തന്നെയാണ് ശരി എന്നാണത് പറയുന്നത്.

കാർലോ റൂബിയ ആണ് പുതിയ പരീക്ഷണസംഘത്തിന്റെ തലവൻ.

റുബ്ബിയ നിസ്സാരക്കാരനൊന്നുമല്ല.

നോബൽ സമ്മാന ജേതാവാണ്.

സേണിൽത്തന്നെ നടന്ന മറ്റ് ചില പരീക്ഷണങ്ങൾക്കും നേതൃത്വം നല്കിയ ശാസ്ത്രജ്ഞനുമാണ്.

ന്യൂട്രിനോകൾ പ്രകാശ വേഗതയെ ഉല്ലംഘിക്കുന്നില്ല എന്ന് തീർത്തു പറയുന്നതാണ് പുതിയ പരീക്ഷണഫലങ്ങൾ. സേണിൽനിന്ന് തന്നെയാണ് ഈ പരീക്ഷണവും ആരംഭിച്ചത്.

സേണിൽനിന്ന് പഴയ ഗ്രാന്റ സാസ്സോയിലേക്ക് തന്നെ ന്യൂട്രിനോകളെ ഓടിച്ച് നോക്കുകയാണ് റുബ്ബിയയും സംഘവും ചെയ്തത്. തയ്യാറാക്കിയ സംവിധാനങ്ങളും ഏതാണ്ട് അപ്രകാരം തന്നെ. പരീക്ഷണഫലമാകട്ടെ ന്യൂട്രിനോകളുടെ വേഗത പ്രകാശത്തിന്റെ വേഗതയേക്കാൾ ഒട്ടും കൂടുതലല്ല എന്നായിരുന്നു. യഥാർത്ഥത്തിൽ ഇത് പഴയ പരീക്ഷണത്തിന്റെ ഒത്തുനോക്കലായിരുന്നു. ന്യൂട്രിനോപ്രകാശത്തെ ഓടിത്തോല്പിച്ചു എന്ന് പറഞ്ഞ അന്റോണിയോ എറിഡിറ്റാറ്റോയും സംഘവും നടത്തിയ ഓപെറ പരീക്ഷണത്തിൽ അളവുകൾ കൃത്യമായിരുന്നില്ലെന്നും ഒന്നിലധികം സാങ്കേതിക പിഴവുകൾ ഉണ്ടായിരുന്നുവെന്നും പുതിയ പരീക്ഷണം വ്യക്തമാക്കി.

അന്റോണിയോ എറിഡിറ്റാറ്റോ നിരാശനായോ?

ഇല്ല ഒരിക്കലുമില്ല.

അദ്ദേഹം പരീക്ഷണഫലത്തെ തുറന്ന മനസ്സോടെ സ്വാഗതം ചെയ്തു. തന്റെ പരീക്ഷണസംവിധാനങ്ങളുടെ ചില തെറ്റായ പ്രവണതകളെയെങ്കിലും തുറന്ന് കാണിക്കുവാൻ പുതിയ പരീക്ഷണത്തിന് കഴിഞ്ഞിട്ടുണ്ടെന്ന് അദ്ദേഹം സമ്മതിച്ചു.

"ഇതാണ് ശാസ്ത്രത്തിന്റെ രീതി" എന്ന് എറിഡിറ്റാറ്റോ വ്യക്തമാക്കി.

ലഭ്യമായ വിവരങ്ങളുടെ അടിസ്ഥാനത്തിൽ ശരിയായി വിശകലനം ചെയ്ത് ഒരു നിഗമനത്തിൽ എത്തുന്നു. വിവരശേഖരണത്തിലോ അളവിലോ പിഴവുണ്ടായാൽ അതംഗീകരിക്കുകയും തെറ്റുകൾ തിരുത്തുകയും ചെയ്യുന്നു.

എന്തായിരുന്നു ഈ പരീക്ഷണഫലത്തെക്കുറിച്ച് റുബ്ബിയായുടെ അഭിപ്രായം എന്നറിയാമോ?

"ഞാൻ അസന്തുഷ്ടനല്ല." എന്നാണ് റുബ്ബിയ പറഞ്ഞത്.

ഒരർത്ഥത്തിൽ ആരും ജയിക്കുകയോ തോൽക്കുകയോ ചെയ്യുന്നില്ല. കൂടുതൽ ശരിയായ അറിവുകളിലേക്ക് ശാസ്ത്രം ഒന്നടങ്കം നീങ്ങുക മാത്രമാണ്.

www.ingramcontent.com/pod-product-compliance
Lightning Source LLC
LaVergne TN
LVHW040822051026
849519LV00007BA/2712
* 9 7 8 9 3 8 5 0 1 8 8 5 5 *